പെയ്തൊഴിയാതെ

(കഥകൾ)

ആർ അനിൽ

VB

VAYANAPPURA

Peythozhiyaathe
(Malayalam Stories)
by R Anil

Vayanappura Publications, Ernakulam
First published : December 2021
Typesetting & layout: Sreeja A J
Cover Design : Vishnu C S
Cover Setting : C V Harindran
Illustrations Image by : Anilkumar V
Published by: Vayanappura Publications
Anathanam Studios, Old Railway Station
Cross Road, Ernakulam
Pin - 682018
mob: 9074188300
e-mail: vayanappuraeditorial@gmail.com

ISBN: 9789390999842
Printed by: Oracle
Price: 100/-

ആർ അനിൽ

ആലപ്പുഴ ജില്ലയിൽ ചേർത്തലക്കടുത്ത് പട്ടണക്കാട് എന്ന സ്ഥലത്ത് ജനനം. ഇലക്ട്രോണിക്സ് ആൻഡ് കമ്യൂണിക്കേഷൻസിൽ ഡിപ്ലോമയും ഇക്കണോമിക്സിൽ ബിരുദവും നേടിയിട്ടുണ്ട്. ഭാരതീയ വായുസേന, റിലയൻസ് കമ്യൂണിക്കേഷൻസ്, ഭാരത് സഞ്ചാർ നിഗം ലിമിറ്റഡ് എന്നിവടങ്ങളിൽ സേവനം അനുഷ്ഠിച്ചു. "മയിൽപ്പീലി തുണ്ടുകൾ" എന്ന പുസ്തകം വായനപ്പുര പബ്ലിഷേഴ്സ് പ്രസിദ്ധീകരിച്ചിട്ടുണ്ട്. ആനുകാലികങ്ങളിൽ എഴുതി വരുന്നു.

ഭാര്യ: പ്രഭ
മക്കൾ: മാധവ്, കേശവ്

മേൽവിലാസം:
"കൃഷ്ണകൃപ"
പട്ടണക്കാട് പി. ഒ.
ഫോൺ: 9497482272
ഇമെയിൽ: anilnair8@yahoo.com

ഹൃദയതാളമായ്

ആദ്യം പുസ്തകമായ "മയിൽപ്പീലി തുണ്ടുകൾക്ക്" വായന ലോകത്ത് ലഭിച്ച പ്രതികരണങ്ങൾ അത്യധികം ആത്മവിശ്വാസം പകരുന്നവ ആയിരുന്നു. ചില പോരായ്മകൾ ചൂണ്ടിക്കാട്ടിയ സഹൃദയർക്ക് എന്റെ കൂപ്പുകൈ. എന്നെ ചിന്തിക്കാനും തിരുത്തുവാനും അവ പ്രേരിപ്പിച്ചു..

"മയിൽപ്പീലി" ചാർത്തുവാൻ വായനപ്പുര പബ്ലിഷേഴ്സ് ഏറെ സഹായിച്ചെങ്കിൽ ശ്രീ.പോൾസൺ സാറിന്റെ പ്രചോദനങ്ങൾ ശ്ലാഘനീയമെന്ന് ഞാൻ വിശേഷിപ്പിച്ച് കൊള്ളട്ടെ.. ആ പ്രചോദനങ്ങളിൽ നിന്നും ഉരുത്തിരിഞ്ഞ ഒരു സൃഷ്ടിയാണ് "പെയ്തൊഴിയാതെ"! ഗ്രാമീണ സൗന്ദര്യങ്ങളും നാട്ടിൻപുറ വിശേഷങ്ങളും, പച്ചയായ ചില ജീവിത കാഴ്ചകളും, പ്രതിഫലിപ്പിക്കുവാനുള്ള എന്റെ എളിയ ഒരു ശ്രമം. ചെറുകഥകളാൽ കോർത്തിണക്കിയ ഒരു സൃഷ്ടി. "പെയ്തൊഴിയാതെ" വായനാസ്വാദനലോകത്ത് വിനയ പുരസരം സമർപ്പിക്കുന്നു.

പട്ടണക്കാട്

ഹൃദയപൂർവ്വം
ആർ. അനിൽ

അനിൽകുമാർ വി
(വരകൾ)

എന്റെ ആദ്യ പുസ്തകമായ 'മയിൽപ്പീലിതുണ്ടുകൾ'ക്ക് വർണ്ണപ്പകിട്ടാർന്ന അലങ്കാരങ്ങൾ വരകളിലൂടെ സമ്മാനിച്ച സുഹൃത്തും സഹപ്രവർത്തകനുമായിരുന്ന ശ്രീ. അനിൽകുമാർ വി. ആലപ്പുഴ തത്തംപള്ളിയിൽ സ്ഥിരതാമസം. ഭാരതീയ വായുസേന, റിലയൻസ് കമ്യൂണിക്കേഷൻസ്, ഭാരത് സഞ്ചാർ നിഗം ലിമിറ്റഡ് എന്നിവടങ്ങളിൽ സേവനം അനുഷ്ഠിച്ചു. ചുവർചിത്രകലയിലും രേഖാചിത്രങ്ങളിലും പ്രാഗത്ഭ്യം തെളിയിച്ചിട്ടുണ്ട്. ചുവർചിത്രകലയിൽ പരിശീലനം നല്കി വരുന്നു.

ചിറക്കൽ
വടിക്കാട് P.O
തത്തംപള്ളി .പി.ഒ
9400611295
e-mail : anil.libra@gmail.com

വിഷ്ണു സി എസ്
(പുറംചട്ട)

ആലപ്പുഴ ജില്ലയിൽ ചേർത്തലക്കടുത്ത് പട്ടണക്കാട് ജൻമദേശം. ആനിമേഷനും മൾട്ടിമീഡിയയും പ്രധാന പഠന വിഷയങ്ങൾ. അനിമേഷൻ, സ്റ്റോറി ബോർഡ്, ഇലസ്ട്രേഷൻ, ഫോട്ടോഗ്രാഫി, കണ്ടെന്റ് ക്രിയേഷൻ എന്നിവ പ്രവർത്തനമേഖല. നിലവിൽ ഗൾഫ് ക്രാഫ്റ്റ് (യു.എ.ഇ) ൽ മൾട്ടിമീഡിയ ഡിസൈനർ, കണ്ടെന്റ് ക്രിയേറ്റർ ആയി സേവനം അനുഷ്ഠിക്കുന്നു.

മൊബൈ: +971528296613
ഇമെയിൽ: vcssr27@gmail.com

അവതാരിക

പെയ്തൊഴിയാതൊരു പുതുമഴ

കഥയെഴുത്തെന്നാൽ "കല്പിതകഥാപാത്ര പ്രസ്താവം" എന്നാണർത്ഥം. കഥാപാത്രങ്ങളൊക്കെയും ഭാവനയുടെ മൂശയിൽ സൃഷ്ടിക്കപ്പെടുന്നവരാണ്. കഥാകാരന്റെ ജീവിതാനുഭവങ്ങളും, നിരീക്ഷണങ്ങളും, പറഞ്ഞു ഫലിപ്പിക്കാനുള്ള കഴിവുമാണ് ഒരു കഥയോടോ കഥാപാത്രത്തോടോ നമുക്കുതോന്നുന്ന അടുപ്പത്തിന് നിദാനം. ചില കഥകളിലേക്കിറങ്ങി ചെല്ലുമ്പോൾ കഥാകാരൻ നമുക്കുമുൻപിൽ തുറന്നുതരുന്ന സാഹചര്യങ്ങളിൽ നമ്മൾ നടന്നുനീങ്ങിയ വഴികളുണ്ടാവാം! നമ്മെ ഈറനാക്കിയ ഇടവപ്പാതിമഴയോ, ഉരുകിയെടുത്ത മീനച്ചൂടോ, കുളിർകൊണ്ടുമൂടിയ മകരമഞ്ഞോ, ധനുനിലാവോ അനുഭവവേദ്യമാകാം. മറ്റുചിലപ്പോൾ മറവിയുടെ വാത്മീകമണിഞ്ഞ ചില മുഖങ്ങൾ കണ്ടുമുട്ടിയെന്നുംവരാം! പെയ്തൊഴിയാത്തൊരു പുതുമഴപോലെ ഗ്രാമീണ സൗന്ദര്യവും നിഷ്ക്കളങ്കതയുംകൊണ്ട് വായനക്കാരുടെ മനസ്സിലേയ്ക്ക് കഥാപാത്രങ്ങളെ സന്നിവേശിപ്പിക്കുകയാണ് ശ്രീ. ആർ അനിലിന്റെ "പെയ്തൊഴിയാതെ" എന്ന കഥാസമാഹാരത്തിലെ ഓരോ കഥകളും. ആദ്യകഥയായ മാനത്തുകണ്ണികളിൽ തുടങ്ങി അവസാന കഥയായ ഗൂഗിൾ മീറ്റിലെ ഗൂഗ്ലികൾ വരെയും നിറഞ്ഞുനിൽക്കുന്നത് ഗ്രാമശ്രീയും നിഷ്കളങ്ക ഹൃദയങ്ങളും തന്നെയാണ്.

പാടവും, തോടും, വട്ടക്കളിയും ഒപ്പം തേവന്റെയും ചിരുതയുടെയും കറപുരുളാത്ത സ്നേഹവും കൺനിറയെ കാട്ടിതന്ന്, പിന്നീട് ഒരു കർക്കിടകക്കാറായുരുണ്ടുകൂടി മനസ്സിനെ പേമാരിയായ് പെയ്യിക്കുന്ന "കറുത്തചക്രവാളം" ശീർഷകത്തിനെ അന്വർത്ഥമാക്കുന്നു.

ചിറക്കടവ് ഗ്രാമവും, ആഞ്ജനേയ ക്ഷേത്രവും, കൃഷ്ണേട്ടന്റെ പെട്ടിക്കടയും, കടം വാങ്ങിയും ആവശ്യക്കാരെ സഹായിക്കുന്ന സാവിത്രിയമ്മയേയും നമ്മുടെ ജീവിതയാത്രയിൽ എവിടെയൊക്കെയോ നമ്മൾ കണ്ടുമുട്ടിയിരിക്കാം.

ഇനി കരിയിലക്കാറ്റിലെ സ്റ്റെല്ലയും സുജിത്തുമൊക്കെ വായനയ്ക്കുശേഷവും നമ്മുടെമനസ്സിൽ ചിരകാലം ജീവിക്കുമെന്നതിൽ സംശയമില്ല. സെല്ലുലോയ്ഡ് ഓണത്തിന്റെ ഓർമ്മക്കുറിപ്പുകളാണ്. ഇന്ന് ഒരു പരിധിവരെയും അന്യം നിന്നുപോയിരിക്കുന്ന മഹത്തായ പാരമ്പര്യത്തിന്റെ പിൻവിളി നമുക്കീ കഥയിൽ കേൾക്കാം. ഡിജിറ്റൽ തലമുറയ്ക്കുമുൻപിൽ തുറന്നുവയ്

ക്കുന്ന ഒരു ചരിത്രശകലം പോലെ ..!

ഓരോ കഥകളിലേയ്ക്കും ഒരു ഒളിഞ്ഞു നോട്ടം നടത്താൻ ഇത്തരുണത്തിൽ ഞാൻ തുനിയുന്നില്ല. എങ്കിലും ഒന്നുമാത്രം പറയട്ടെ, ഭ്രമാത്മകമായ ഒരു ലോകത്തേയ്ക്കല്ല കഥാകാരൻ നമ്മെ ആനയിക്കുന്നത്. മറിച്ച്, ഭാവനാസമ്പുഷ്ടവും പ്രകൃതി രമണീയമായ ഒരു കുട്ടനാടൻ ഗ്രാമഹൃദയത്തിലേക്കാണ്. അവിടെ വെയിലേറ്റ് തളർന്ന മണ്ണിലേയ്ക്ക് മുന്നറിയിപ്പൊന്നുമില്ലാതെ ഒരു ചാറ്റൽമഴ പെയ്തിറങ്ങുന്നതും, ആർത്തിയോടെ ഓരോ തുള്ളിയും തന്നിലേയ്ക്കാവാഹിച്ച് പുതുമണ്ണിന്റെ ഗന്ധം പരത്തുന്ന ഭൂമിയും നമുക്ക് കാണാം! ആലസ്യത്തിൽ നിന്നുണർന്ന് മഴത്തുള്ളികൾക്കൊപ്പം തിത്തിത്താരം തുള്ളുന്ന തളിരിലകളും, ഇലച്ചില്ലകളിൽ മറഞ്ഞിരുന്നേതോ പേരറിയാക്കിളിയുടെ കളകൂജനവും ശ്രവിക്കാം. ഒരല്പം കുളിരും കട്ടെടുത്തുകൊണ്ടൊരു തെക്കൻ കാറ്റ്, അനുവാദം ചോദിക്കാതെ അടുത്തുവരുന്നതുമറിയാം. കഥകളിലുടനീളം പച്ചയായ ജീവിത കാഴ്ചകളും ഗ്രാമീണ സൗന്ദര്യവും അലയടിക്കുന്നതും നമുക്കു കാണാം.

അതേ, പ്രതിഭാധനനായ ഒരു എഴുത്തുകാരനാണെന്ന് "മയിൽപ്പീലിത്തുണ്ടുകൾ" (ഓർമ്മക്കുറിപ്പുകൾ) എന്ന ആദ്യ പുസ്തകംകൊണ്ടുതന്നെ തെളിയിച്ച ശ്രീ. അനിലിന്റെ രണ്ടാമത്തെ കഥാസമാഹാരത്തെ വായനക്കാരുടെ മുൻപിൽ അവതരിപ്പിക്കുക എന്ന ദൗത്യം ഒരുപാടു സന്തോഷത്തോടെയാണ് ഞാൻ ഏറ്റെടുത്തതെങ്കിലും, അതത്രനിസ്സാരമായ കാര്യമില്ലെന്നെനിക്ക് പിന്നീട് മനസ്സിലായി. കാരണം കഥാകഥനം അത്രമാത്രം ഹൃദ്യമാണ്! അതിനെ അതുപോലെ അനുവാചകന്റെ മുൻപിൽ അവതരിപ്പിക്കാൻ എന്റെ തൂലികയ്ക്കാവില്ല! സൂര്യനു മുൻപിൽ പകച്ചുനിൽക്കുന്ന മിന്നാമിനുങ്ങിനെപ്പോലെ ഈ ഇത്തിരിവെട്ടം ഞാൻ വായനക്കാർക്ക് പകർന്നുനൽകുന്നുവെന്നുമാത്രം!

കഥകൾക്ക് വരകളാൽ വർണ്ണങ്ങൾ ചാർത്തിയ അനിൽ കുമാർ വി, അതിമനോഹരമായി കവർ ഡിസൈൻ ചെയ്ത വിഷ്ണു സി. എസ്, മലയാള സാഹിത്യ നഭസ്സിലേയ്ക്ക് ഈ പുസ്തകം അണിയിച്ചൊരുക്കിയ എറണാകുളം വായനപ്പുര പബ്ലിക്കേഷൻസ് തുടങ്ങി ഇതിന്റെ അരങ്ങിലും അണിയറയിലും പ്രവർത്തിച്ച ഓരോരുത്തരും അവരവരുടെ ഭാഗം ഭംഗിയാക്കിയിരിക്കുന്നു. പെയ്തൊഴിയാതെ ഈ പുതുമഴ വായനക്കാരുടെ ഹൃദയങ്ങളിൽ പെയ്തിറങ്ങട്ടെ. രചയിതാവ്, "ശ്രീ. ആർ അനിൽ" എന്ന പേര് കൈരളി തങ്കലിപികളാൽ കുറിച്ചുവയ്ക്കട്ടെ! ആശംസകളോടെ,

അഡ്വ. സീമാ പ്രമോദ്

പ്രസാധകക്കുറിപ്പ്

ആർ അനിലിന്റെ കഥാലോകം നാട്ടുപച്ചപ്പിന്റെ തെളിമയും കുളിർമയും പേറുന്നവയാണ്. അതിഭാവുകത്വത്തിന്റെ അതിശയോക്തികളില്ലതെ ലാളിത്യത്തിന്റെ നിറകുംഭങ്ങൾ പേറുന്ന കുറെ നന്മയുള്ള കഥാപാത്രങ്ങൾ. ഓരോ കഥയിലൂടെയും കയറിയിറങ്ങിപോരുമ്പോൾ ആ കഥാപാത്രങ്ങൾക്കൂടെ വായനക്കാരോടൊപ്പം കൂടുന്ന രചനാ വൈഭവം കഥാകൃത്തിനെ മികച്ച രചയിതാവാക്കുന്നു! മാനത്തുകണ്ണികൾ മുതൽ ഗൂഗിൾ മീറ്റിലെ ഗൂഗ്ലികൾ വരെ 12 കഥകൾ ആണ് ഈ പുസ്തകത്തിൽ ഉൾപ്പെടുത്തിയിട്ടുള്ളത്. ആസ്വാദനത്തിന്റെ പുതിയവാതായനങ്ങൾ തുറന്നിട്ടുകൊണ്ട് ആർ അനിൽ കഥാസ്വാദകരെ വിസ്മയിപ്പിക്കുന്നു.

രചയിതാവിന്റെ രണ്ടാമത്തെ പുസ്തകമായ "പെയ്തൊഴിയാതെ" ഏറെ സന്തോഷപൂർവം വായനപ്പുര പബ്ലിക്കേഷൻസ് വായനയ്ക്കായി സമർപ്പിക്കുന്നു.

സ്നേഹപൂർവ്വം
പോൾസൺ തേങ്ങാപ്പുരക്കൽ

ഉള്ളടക്കം

1. മാനത്തുകണ്ണികൾ 11
2. ദേശാടനപ്പക്ഷികൾ കരയാറില്ല 16
3. കറുത്ത ചക്രവാളം 18
4. തൂവൽസ്പർശം 27
5. കരിയിലക്കാറ്റ് 32
6. സെല്ല്ലോയ്ഡ് 49
7. ചിറ്റാരം കടവിലെ വിശേഷങ്ങൾ 58
8. പെയ്തൊഴിയാതെ 62
9. ഗുരു കടാക്ഷം 67
10. കാമ്പസ് കാഡ്ബറീസ് 72
11. മധുരനൊമ്പരങ്ങൾ 77
12. ഗൂഗിൾ മീറ്റിലെ "ഗുഗ്ലികൾ" 82

മാനത്തുകണ്ണികൾ

മരം വെട്ടുകാരൻ പപ്പൻ ചേട്ടന്റെ മകൻ അജിക്ക് സർക്കാർ ജോലി ലഭിച്ചത് പപ്പൻ ചേട്ടനും നാട്ടാരും പാതിരാവോളം ആഘോഷിച്ചു. പഠിക്കാൻ മിടുക്കനായ അജിയെ പത്താം തരത്തിനപ്പുറം പപ്പൻ ചേട്ടന് പഠിപ്പിക്കാനും കഴിഞ്ഞില്ല. പത്താം തരത്തിലെഴുതിയ നാൾ മുതൽ മടക്കിചുറ്റിയ കയറുമായ് പപ്പൻ ചേട്ടന്റെ നിഴലായ് അജി മാറിക്കഴിഞ്ഞിരുന്നു. പാതിരാവോളം റാന്തൽ വിളക്കിന് മുന്നിൽ കുത്തിയിരുന്ന് സർക്കാർ ജോലിക്ക് തയ്യാറെടുക്കുമ്പോളും അജിക്ക് പാട്ടുകൾ ദൗർബല്യം ആയിരുന്നു. എല്ലാം കഴിഞ്ഞ് പുസ്തകം മടക്കി വച്ച് പായിൽ തല ചായ്ക്കുമ്പോൾ ഒന്ന് രണ്ട് പാട്ടുകൾ പാടുക എന്നത് പതിവും. ഈ രാവിൽ അജി പാടിക്കൊണ്ടേയിരുന്നു. താളം പിടിക്കാൻ പപ്പൻ ചേട്ടനും കൂടി.

പഠിക്കാൻ മിടുക്കനായിരുന്ന അജിയുടെ പാട്ടുകൾ നാട്ടുകാരുടെ മനംകവർന്നിരുന്നു. ഉൽസവത്തിനും ഓണാഘോഷത്തിലും എല്ലാം സജീവ സാന്നിദ്ധ്യം. സൗമ്യനായിരുന്ന അജിയുടെ നെറ്റിയിലെ ചന്ദനക്കുറിയും അതിൻമേലുള്ള കുങ്കമ പൊട്ടും ആരാലും ശ്രദ്ധിക്കപ്പെടും. നന്നേ കറുപ്പ് നിറമുള്ള അജിയുടെ ചിരിക്കും അഴകേറും. ആകെയുള്ള ഒന്നോ രണ്ടോ

ശുഭ്ര വസ്ത്രങ്ങൾ അലക്കി തേച്ചതിന്റെ ദൃഷ്ടാന്തവും. അജിക്ക് സർക്കാർ ജോലി കിട്ടിയതിൽ പപ്പൻ ചേട്ടനൊപ്പം നാട്ടുകാരും അതീവ സന്തോഷത്തിലാണ്.

ടൗണിൽ കാല് കുത്തുമ്പോൾ അജിയുടെ മുഖത്ത് അങ്കലാപ്പായിരുന്നു. നന്നേ പരിചയമില്ലാത്ത ഇടം. കനാലിന്റെ തീരത്തുള്ള കൃഷി വകുപ്പിന്റെ ആഫീസ് അന്വേഷിച്ച് അല്പ സമയം പാഴായി. ആഫീസിൽ എത്തി മേലുദ്യോഗസ്ഥനു ജോയനിങ്ങ് ഓർഡർ നല്കുമ്പോൾ കൈകൾ നന്നേ വിറച്ചു.

എന്താ ഉദ്ദേശ്യം?

"ഇവിടെ തങ്ങുകയോ അതോ പോയ് വരവോ?"

അജിക്ക് ഉത്തരമൊന്നുമില്ലായിരുന്നു.

ഉത്തരം മേലുദ്യോഗസ്ഥൻ തന്നെ നല്കി.

ഇവിടെ തന്നെ തങ്ങുക. പോക്ക് വരവിന് കാശ് നല്കി തന്റെ കീശ കാലിയാകും. ചെറുപ്പമല്ലേ. നാല് കാശ് സമ്പാദിക്കൂ. പാലത്തിന് സമീപം മൂന്ന് നാല് പേർ താമസിക്കുന്നുണ്ട്. താനും കൂടിക്കോ. ഞാൻ പറയാം.

അജിക്ക് സന്തോഷമായി. നാട്ടിൽ നിന്നും പോരുമ്പോൾ ബന്ധുക്കളും ഇത് തന്നെയാ സൂചിപ്പിച്ചതും. ചുരുങ്ങിയ ദിവസങ്ങൾ കൊണ്ട് തന്നെ അജി മേലുദ്യോഗസ്ഥരുടെ മനംകവർന്നു. താഴെതട്ടിലെ ജീവനക്കാരനാണെങ്കിൽതന്നെ എന്തിനും ഏവർക്കും അജി തന്നെ വേണം. മനോഹരമായ കൈപ്പട തിരിച്ചറിഞ്ഞതിൽ പിന്നെ എഴുതാനും അജിയെ ഏവരും പ്രയോജനപ്പെടുത്തി. ഉച്ചയൂണ് സമയത്ത് അജിയുടെ മൂളിപ്പാട്ടും ഇപ്പോൾ അഫീസിന് അലങ്കാരമായി മാറിക്കഴിഞ്ഞു.

മടങ്ങി ലോഡ്ജിലെത്തിയാലോ?

മദ്യത്തിന് മുന്നിലെ സൗഹൃദങ്ങൾക്ക് രാവോളം പാട്ടുകളും സമ്മാനിക്കും. മദ്യത്തിന്റെ രുചിയറിയാതെ.

ഉച്ചഭക്ഷണം കഴിഞ്ഞ് ജനാലക്കരികിൽ വിദൂരതയിലേക്ക് കണ്ണുംനട്ട് നിന്ന അജിയുടെ ചുണ്ടത്തെ മൂളിപ്പാട്ട് കേട്ടിട്ടാവണം ഷീല ചോദിച്ചത്.

"അത് ഏത് പാട്ടാ? ഒന്ന് വ്യക്തമായി ഉറക്കെ പാടി കൂടെ?"

അടുത്ത സെക്ഷനിലെ പുതുതായി ജോയിൻ ചെയ്ത ഷീല. വന്ന കാലം മുതൽ ചിരിയിൽ മാത്രം ഒതുങ്ങി നിന്ന സൗഹൃദം.

"ഓഫീസിലെ ങ്ങനാ ഉറക്കെ പാടുന്നത്?"

കഴിഞ്ഞ ദിവസം അറിയാതെ ചൂളം കുത്തിയതിന് സൂപ്രണ്ട് വഴക്കും പറഞ്ഞു. വൈകിട്ട് മടങ്ങാൻ നേരം, "നന്നായി പാടുമല്ലേ?" എന്നൊരു ചോദ്യവും സൂപ്രണ്ട് ചോദിച്ചിരുന്നു.

അജി ഷീലയോടായി പറഞ്ഞു.

എന്തായാലും ഈ പാട്ട് ഒന്ന് കേട്ടിട്ടേ ഉള്ളു. ഇന്നല്ലെങ്കിൽ നാളെ ഷീലയുടെ മറുപടിയും. അറിയാതെ അജിയുടെ ചുണ്ടിൽ ഒരു പുഞ്ചിരി വിടർന്നു.

ആ പാട്ടൊന്ന് പാടിക്കേ. ഞാനൊന്ന് കേൾക്കട്ടെ. മേശക്ക് മുന്നിൽ വന്ന് നിന്ന ഷീലയുടെ ചോദ്യം കേട്ടാണ് അജി ശ്രദ്ധിച്ചത്.

"ഇവിടെങ്ങനാ പാടുന്നത്?"

അതിനൊക്കെ ഒരു നേരം ഇല്ലേ.?

അജിയും ..

"ഓഹോ. എങ്കിൽ ഒന്ന് എഴുതി തരൂ..." പാടിയതായ് ഞാൻ കരുതാം.

ഷീല വീണ്ടും.

"അതിനെന്താ. മനഃപാഠമല്ലേ.?"

അജി വെള്ള പേപ്പറിൽ എഴുതാൻ തുടങ്ങി...

വരികൾ അന്ന് പാടിയതുതന്നെ ആകണേ..

ഷീല ഓർമ്മപ്പെടുത്തി.

അജി ഒരു വട്ടം ആലോചിച്ചു.

അതേ ഇതേ വരികൾ തന്നെ .

"പ്രണയോപനിഷത്തിലെ കയ്യക്ഷരങ്ങൾ നിൻ നുണക്കുഴിപ്പൂ മൂടും കുറുനിരകൾ".

അതെ.

അത് തന്നെ ആയിരുന്നു. ഷീലയുടെ കൈളിലേക്ക് അജി കടലാസ് തുണ്ട് നല്കി.

അവൾ ചിരിച്ചു.

"ഇത് എനിക്ക് വേണ്ടി പാടിയതാണോ?"

കുലുങ്ങി ചിരിച്ച് പോകാൻ തിരിയവെ അവളുടെ മുഖത്ത് മിന്നി മറഞ്ഞ നുണക്കുഴി അജി ആദ്യമായ് ശ്രദ്ധിച്ചു. "അതെ കുറുനിരകൾ അവയെ മൂടുന്നുമുണ്ടായിരുന്നു".

കനാലിനരികിലൂടെ ആഫീസിലേക്കുള്ള നടത്തത്തിനിടയിലാണ് അജി പിന്നിൽ നിന്നുള്ള വിളി കേട്ടത്.

"ഹേയ് നില്ക്കൂ. ഞാനും കൂട്ടിനുണ്ടേ.."

അത് ഷീലയുടെതാണെന്ന് അജി തിരിച്ചറിഞ്ഞു.

"എവിടുന്നാ വരവ്?" അജി ചോദിച്ചു.

"മങ്കൊമ്പ് എന്ന് കേട്ടിട്ടുണ്ടോ? ഞാൻ ആ ദേശക്കാരിയാ.." വെളുപ്പിന് ഇറങ്ങും. രണ്ട് കടത്തും കടന്ന് വണ്ടീം കയറി എത്തുമ്പോൾ ദാ ഈ നേരം ആകും. ഇവിടെയെങ്ങാൻ തങ്ങാൻ കഴി

ഞ്ഞിരുന്നെങ്കിൽ. അവൾ പറഞ്ഞ് നിർത്തി.

"അജി നാട്ടിൽ പോകാറുണ്ടോ". അവൾ തിരക്കി.

"വല്ലപ്പോഴും. അവിടെ ആരും കാത്തിരിക്കാനില്ലല്ലോ". കൃത്യമായ് മണിയോർഡർ എത്തിക്കുന്നുണ്ട്. അവിടെയുള്ള വർക്ക് ഇപ്പോൾ അത് മതി. അജി മറുപടി നല്കി.

ആഫീസിലേക്ക് കയറുന്നതിനിടെ അവൾ ഓർമ്മിപ്പിച്ചു.

"ദേ ഇന്നലെ പാടി എഴുതിയ പാട്ടിന്റെ ആദ്യ വരികൾ അജി എനിക്ക് വേണ്ടി ഇന്ന് പാടണം. ഇല്ലെങ്കിൽ എഴുതുകയെങ്കിലും. കേട്ടോ.."

അജിയുടെ മനസ്സിൽ ആ വരികൾ എഴുതി തുടങ്ങിയിരുന്നു.

"മാനത്ത് കണ്ണികൾ മയങ്ങും കയങ്ങൾ
മനോരമേ നിൻ നയനങ്ങൾ"

അതേ ..

തിരിഞ്ഞ് നോക്കുന്നതിനടയിൽ അവളുടെ കണ്ണുകൾ.... ആവേശഭരിതമാക്കുന്നതു പോലെ തോന്നിയിരുന്നുവോ?

അന്നവർ ഓഫീസിൽ നിന്ന് നേരത്തെ ഇറങ്ങി.

കടൽക്കരയിലൂടെ അവർ കൈകൾ കോർത്ത് നടന്നു. കടൽ ക്കരയിലേക്ക് എത്തിനോക്കി നിൽക്കുന്ന കാറ്റാടി മരത്തിന്റെ തണലിൽ കാലുകൾ നീട്ടി മണൽ പരപ്പിൽ ഇരുന്നു.

"നമ്മൾ നാം അറിയാതെ എത്രയോ അടുത്തിരിക്കുന്നു. അല്ലേ?" അവൾ ചോദിച്ചു.

"ഇനിയെങ്കിലും നിനക്കാ പാട്ട് ഉറക്കെ പാടി കൂടെ? എന്നെ ഓർത്ത്.."

"ദാ നോക്കൂ.. ഇങ്ങനെയൊരു ദിവസത്തിനായി ഞാൻ കാത്തിരിന്നു. ഈ തിരമാലകൾ ഒരുക്കുന്ന താളത്തിൽ ഞാൻ നിനക്കായ് പാടുവാൻ".

അജി ഉറക്കെ പാടി തുടങ്ങി ..

നീട്ടിവച്ച കാലുകൾ അറിയാതെ അടുത്ത് ചേർന്നു. തള്ള വിരലുകൾ പിണഞ്ഞു ചേർന്നതും അറിയാതെ. അവളുടെ മുഖം അവന്റെ തോളിലേക്ക് ചാഞ്ഞതും. പടിഞ്ഞാറൻ കാറ്റ് അവളുടെ ഇടതൂർന്ന് നീണ്ട ചുരുണ്ട മുടികളെ അലക്ഷ്യമായ് കാറ്റിൽ പറത്തി ഉയർത്തി... അവയിൽ ചില മുടിയിഴകൾ പിണഞ്ഞ് ഇണകളെപോലെ അവന്റെ മുഖത്തേക്ക് ചേർന്നി ഴകി. അവൾക്കായ് അവൻ പാടി നിർത്തി.

"നിന്റെ ചെമ്പക മുഖശ്രീയിലൊളിച്ചു... ഒളിച്ചു".

അപ്രതീക്ഷിതമായിരുന്നു പപ്പൻ ചേട്ടന്റെ മരണം. അജിയെ ആകെ ആടിയുലയിച്ച തിരോധാനം. മരണമറിഞ്ഞ് നാട്ടിലെ

ത്തിയ നിമിഷം മുതൽ അജി ആകെ സമ്മർദ്ദത്തിലുമായി.

കുലത്തൊഴിൽ നിലനിർത്തുന്നതിനെ കുറിച്ചായിരുന്നു ഏവരും പറഞ്ഞ് കൊണ്ടേ ഇരുന്നത്.

"പപ്പനെ ചുറ്റിപ്പറ്റി ജീവിക്കുന്നവരെ പട്ടിണിയാക്കരുതേ.."

"കുലത്തൊഴിൽ നിലനിർത്തുക അതാണ് നിന്റെ ധർമ്മം".

"സർക്കാർ ജോലിക്ക് കിട്ടുന്നതിനെക്കാൾ പണവും നേടാം". നിന്റെ കൈക്കരുത്ത് നാട്ടുകാർക്ക് അറിയാവുന്നതാണ്..

"പിന്നെ നിന്റെ അമ്മ ഒറ്റയ്ക്കും ആകില്ല".

നീ ഇനി പോകേണ്ടേ.

അച്ഛന്റെ ശവസംസ്ക്കാരം നടക്കുന്നതിന് മുൻപേ തന്നെ മുതിർന്നവർ ചെവിയിൽ ഓതിത്തുടങ്ങി ..

വീടിന് പുറകിൽ മാടി ഒതുക്കി വച്ചിരിക്കുന്ന അച്ഛന്റെ വടങ്ങളും കോടാലിയുമെല്ലാം അജി അറിയാതെ നോക്കി നിന്ന് പോയി..

അതെ അച്ഛൻ എത്ര പേർക്കാ അതിനാൽ അന്നം വിളമ്പി യിരുന്നത്.

അതെ. എല്ലാവരും സംരക്ഷിക്കപ്പെടണം. അച്ഛനെ ഓർത്തു. ജോലി സ്ഥലത്തേക്കുള്ള മടക്കയാത്ര ഇനി ചിന്തിക്കേണം.

അജി മനസ്സിൽ കുറിച്ചിട്ടു.

കാലം കടന്ന് പോയി. ഷീലയുടെ കത്തുകളിൽ എല്ലാം പരിഭ വങ്ങളായിരുന്നു.

"ഇങ്ങനെ ആകാൻ എങ്ങനെ കഴിഞ്ഞു?"

"എല്ലാം എങ്ങനെ മറക്കുന്നു?"

"ഇവിടെ വിവാഹ ആലോചനകൾ മുറുകെ നടക്കുന്നു".

"എല്ലാം സർക്കാർ ഉദ്യോഗസ്ഥർ തന്നെ..."

"എത്ര നാൾ ഞാൻ എതിർത്ത് നില്ക്കും?"

"ഒന്ന് വന്നൂടെ? ഞാൻ കൂടെ എവിടെയും വരാം..."

അങ്ങനെ എത്രയോ രീതിയിൽ ഷീല എഴുതി അയച്ചു. അജി ക്ക് മറുപടി നല്കാൻ കഴിഞ്ഞിരുന്നില്ല. വല്ലാത്ത കുറ്റബോധം അവനെ വേട്ടയാടി കൊണ്ടിരുന്നു. അവൾക്ക് നല്ലത് വരുവാൻ അവനെന്നും പ്രാർത്ഥിച്ചു.

നിസ്സഹായനായി ..

ഒരിക്കൽ മാനത്തുകണ്ണികളായി കണ്ടു മുട്ടാം എന്ന പ്രതീക്ഷ യോടെ......

ദേശാടനപ്പക്ഷികൾ കരയാറില്ല

നീലവിഹായസ്സിൽ ദൂരെ നിന്നും പറന്നടുക്കുന്ന പറവകളെ കാത്ത് വാകമരങ്ങൾ കാറ്റിലാടിയുലഞ്ഞ് സന്തോഷത്തിലായിരുന്നു. പതിവ് തെറ്റിയില്ല. അതിശൈത്യത്തിനെ അതിജീവിക്കുവാൻ നാടും ദേശവും കടലും കരയും താണ്ടിയുള്ള പറക്കലായിരുന്നു. അവ കൂട്ടത്തോടെ കടൽക്കരയിലെ വിവിധ വർണ്ണങ്ങളാൽ പൂത്തുലഞ്ഞ വാകമരങ്ങളിൽ ചേക്കേറി. ഈ വസന്തം ഇനി നമ്മുടേതാക്കാം.

പറവകളിൽ ഒന്ന് എന്തോ ഒറ്റപ്പെട്ടതുപോലെ, പൂത്തുലഞ്ഞ വാകമരച്ചില്ലയിൽ ഏകാകിയായ് ചേക്കേറി.

"എന്തേ പറവേ. നീ സന്തോഷവതിയല്ലല്ലോ".

ഉം. "ഞാനൊറ്റക്കാ".

നോക്കൂ..... എന്റെ കൂടെയുള്ളവർ ഒരുമിച്ച് കൂട് കൂടുന്നത്. ഞാനൊരു ഒഴുക്കിൽ അവരുടെ കൂടെ പോന്നയതാണ്. എനിക്കാരും ഇല്ല.

"അങ്ങനെ പറയരുത് പറവേ".

ഈ ചില്ലയിൽ ഇരുന്നോളു ...

"ഞാനുണ്ട് നിനക്ക്. ദാ ഈ പൂക്കൾ എല്ലാം കൊഴിയാതെ നിനക്കായ് ഞാൻ കരുതാം".

"ഇനി നീ വിഷമിക്കേണ്ട". ഇളം കാറ്റ് ഒരു തലോടലായ് മാറുമ്പോൾ പറവ കൊക്കുകൾ ചില്ലയിൽ തലങ്ങും വിലങ്ങും ഉരച്ചു. ഊഷ്മളമായ നിമിഷങ്ങൾ അവർ പങ്ക് വച്ചു.

കടൽക്കരയിൽ കൂട്ടം കൂടിയ പറവകളെ ചൂണ്ടിക്കാട്ടി ചില്ല ചോദിച്ചു.

"ഹേ പറവേ.. എന്തെ നീ കൂടെ പോകാതിരുന്നത്".

പറവ പറഞ്ഞു.

"ഹേ ചില്ലേ. എനിക്കിവിടെയാ സ്വർഗ്ഗം. ഞാനെങ്ങോട്ടും ഇല്ല". നിനക്ക് എന്നെ ചേർത്ത് നിർത്താൻ ബുദ്ധിമുട്ടുണ്ടോ.

"ഹേയ്. എനിക്ക് സന്തോഷമല്ലേ ഉള്ളൂ". നീയെന്റേതായി മാറിക്കഴിഞ്ഞല്ലോ.

"ഹേ പറവേ... നിനക്ക് വസന്തം കഴിഞ്ഞാൽ തിരികെ മട

ങ്ങേണ്ടേ?"
പറവയുടെ മുഖം മ്ലാനമായി. വിതുമ്പികൊണ്ട് പറഞ്ഞു.

"ഞനെങ്ങോട്ടും ഇല്ല. ഈ ചില്ല വിട്ട് ഞാൻ എങ്ങോട്ടും ..."

ഇളം കാറ്റിൽ വാകമരം ഒരു നിമിഷം അടിയുലഞ്ഞു.

ഇതെന്താ പറവേ ഒരു മൗനം?

ഇന്ന് നീ ചിലച്ചതേ ഇല്ല. നീ ചിലക്കാതിരുന്നാൽ എന്റെ മനം പിടയും. ചില്ല പറഞ്ഞു.

നോക്കൂ. നാളെ ഞങ്ങൾ മടങ്ങുകയാണ്. ഈക്കരയിലെ വസന്തം അവസാനിക്കുകയാണ്.

മടങ്ങി പോയേ പറ്റൂ. ചില്ല സ്തംബധനായി.

"എന്നെ വിട്ട് പോകുകയോ. നിനക്കാവുമോ പറവേ?"

"ഹും. ഞങ്ങൾക്ക് പോയേ പറ്റൂ".

"അപ്പോൾ ഇനി എന്നാണ് മടങ്ങുക. ചില്ല ചോദിച്ചു?"

എന്നെന്ന് അറിയില്ല . ഇനി എവിടെയെന്നറിയില്ല.

അതാണ് ഞങ്ങൾ ദേശാടനപ്പക്ഷികളുടെ വിധി.

കാറ്റിലാടിയുലഞ്ഞപ്പോൾ ചില്ലകളിൽ ആദ്യമായ് ഒരു മർമ്മരം കേട്ടു .

താഴോട്ട് നോക്കുമ്പോൾ വാകപ്പൂക്കൾ ഓരോന്നായി കൊഴിയുന്നു.

പറന്നകന്നു പറവ ചിലച്ചത്പോലെ.

"ഞങ്ങൾ ദേശാടനപ്പക്ഷികൾ കരയാറില്ല".

കറുത്ത ചക്രവാളം

കഴിഞ്ഞ കുറെ ദിവസങ്ങളായി മഴയാണ്. കർക്കിടകത്തിന്റെ അവസാന നാളുകൾ. തോട്ടിലെ ജലനിരപ്പ് ക്രമാതീതമായി ഉയർന്ന് നില്ക്കുന്നു. ജലപരപ്പിൽ എത്തി നോക്കി കരണം മറിഞ്ഞ് ആഴങ്ങളിലേക്ക് ഊളിയിടുന്ന നീർകാക്കകളെ അങ്ങിങ്ങ് കാണാം. വെള്ളിക്കിണ്ണം തകിടം മറിയുന്ന പോലെ കണ്ണിമീനുകൾ ഇടയ്ക്കിടെ ഓളപ്പരപ്പിന് തിളക്കം നല്കുന്നു. ഇത് കണ്ടറിഞ്ഞാകാം തേവൻ വരുന്നുണ്ട്. കൈത്തണ്ടിൽ

മാടിയിട്ട വലയും പുറകിൽ പാളവള്ളിയിൽ കെട്ടിയിട്ട അലൂമിനിയക്കുടവും തലയിൽ ഒരു പാളത്തൊപ്പിയും. കൂടെ തേവന്റെ പട്ടി, ചിന്നൻ. തേവനെ ചിരിച്ചേ കാണാറുള്ളൂ. ചിന്നൻ എപ്പോഴും വിധേയത്വത്തോടെ ഒപ്പം കാണും.

തോടിന് കുറുകെയുള്ള പാലത്തിന് സമീപം തേവൻ നിലയുറപ്പിച്ചു. തോടിൻ വീതിയേറിയ പ്രദേശം. വല വീശിയെറിയാൻ പാകം. ജലപ്പരപ്പിലേക്ക് കണ്ണുനട്ട് തേവൻ നിന്നു. ചിന്നന്റെ മുഖത്ത് ആകാംക്ഷയും.

“മഴയെന്നും പറഞ്ഞ് കോലായിൽ കുത്തിരിന്നോ. കറിവെക്കാൻ ഈ വീട്ടിലൊന്നുമില്ല. വലയെടുത്ത് ഒന്ന് വീശി നോക്ക് മനുഷ്യാ”.

ചിരുതയുടെ ഈ വാക്കും കേട്ടിറങ്ങിയതാണ് തേവൻ.

“നിന്നെ വീശിയെടുത്ത പാട് ഏനറിയാമേ”.

തേവൻ അപ്പോൾ തന്നെ മറുപടിയും കൊടുത്തു.

“ഉവ്വ ഉവ്വ....”

ചിരുതയുടെ വക ചിറികോട്ടൽ.

കണ്ണിമീനുകൾ ഇടക്ക് ഒന്ന് വെട്ടി മറഞ്ഞോ എന്തോ. ചിന്നൻ വട്ടത്തിൽ ഒന്ന് കറങ്ങി തേവന്റെ മുട്ടിന് താഴെ മുട്ടി ഉരുമ്മി. അടുത്ത തവണ എന്ന കണക്കെ തേവനും. കൈത്തണ്ടിലെ വല മാടിയെടുത്ത് പുറകോട്ട് ആഞ്ഞ് വീശിയെറിയുമ്പോൾ ഒരുവട്ടയില പോലെ. അത് തോടിന്റെ ആഴങ്ങളിലേക്ക് ഊളിയിട്ടിറങ്ങി.

“എന്തെങ്കിലും തടയണേ”.

തേവന്റെ മനസ്സ് മന്ത്രിച്ചു. അക്ഷമനായ് ചിന്നനും.

“രണ്ട് നാളായല്ലോ നിന്നെ തറവാട്ടിൽ കണ്ടിട്ട് തേവാ”.

വല പുറകോട്ട് വലിച്ചടുപ്പിക്കുന്നതിനോടൊപ്പം പുറകിൽ നിന്ന് തമ്പ്രാന്റെ ശബ്ദം തേവൻ തിരിച്ചറിഞ്ഞു.

“എന്റെ തമ്പ്രോ. ആടെ വന്ന് ജനലിഴ പിടിച്ച് ഏൻ ഏറെ ദിവസം നിന്നേ. മഴയല്ലേ. പണീം ഇല്ല. എത്ര ദിവസാ ഏൻ കൈന്നീട്ടുവാ”. തേവൻ വലകുടഞ്ഞു.

“ചിങ്ങം പിറക്കുമ്പോഴേക്കും നീ ആളെകൂട്ടി പോരണം. പറമ്പ് ചെത്തിമിനുക്കണം. പുറംപറമ്പുൾപ്പടെ രണ്ടാഴ്ചത്തെ പണി സുമാർ കാണും”.

തമ്പ്രാൻ പറഞ്ഞ് നിർത്തി.

വലിച്ച വലയിൽ കുറച്ച് കൂട്ട്മീൻ മാത്രം. കണ്ണി ചെളിയിൽ പൂണ്ട് കാണും. ചിന്നൻ തേവനെ നോക്കി. കിട്ടിയതിൽ നിന്ന് രണ്ട് പരൽ മീനുകൾ ചിന്നനുകൊടുത്തിട്ട് തേവൻ നടന്നു.

“വരവ് കണ്ടാലറിയാം കുടം നിറയെ മീൻ ഉണ്ടല്ലോ.

വരാലോ കാരിയോ ചെമ്പല്ലിയോ?"
വീട്ടിലെത്തിയപ്പോൾ ചിരുതയുടെ ചിരിച്ചോണ്ടൊരു ചോദ്യം.

"ദേ. പെണ്ണേ. കളിയാക്കല്ലേ.. ആകെക്കൊടെ ദേ കുറച്ച് കൂട്ട്മീൻ കിട്ടി".

തേവൻ കുടം കാട്ടി.

"ആഹാ.. ഇതാണോ നിങ്ങക്കടെ വീശ്. എന്തേലുമാട്ടെ..... ഉള്ളത് കൊണ്ട് ഓണം".

ചിരുത കിട്ടിയത് ഒരുക്കുവാൻ തയ്യാറായി.

"തമ്പ്രാൻ തിരക്കീട്ടുണ്ട്. തെളിച്ചോങ്കി രണ്ട് നാൾ കഴിഞ്ഞാ പണി തുടങ്ങും. നീയും കൂടെ പോര്. ഓണം ആകുമ്പോഴക്കും കൈയ്യിൽ കാശ് വേണം".

തേവൻ പറഞ്ഞുകൊണ്ടേ ഇരുന്നു.

"ചിരുതേ ദേ മേലോട്ട് നോക്ക്. നിന്നെ ഒരാള് നോക്കണ്. ഓല മേഞ്ഞിട്ടും ഓട്ട അടഞ്ഞില്ലല്ലേ. മാനത്ത് നിന്ന് ആരോ ടോർച്ച് അടിക്കണല്ലേ. ഉം. നിന്റെ നുണക്കുഴി നോക്കി തന്നെ". തേവൻ ചിരുതയോടടുത്തു.

"പിന്നെ, നിങ്ങക്കടെ നെഞ്ചത്ത് നോക്ക്. വെള്ളി നാണയം കണക്കെ".

ചിരുത കുറുകി.

തേവന്റെ ശ്വാസഗതികൾക്കനുസരിച്ച് വെള്ളി നാണയം നീങ്ങി മാറുന്നു.

അതിനെ പിടിക്കാനെന്നവണ്ണം കൈവിരലുകൾ കൊണ്ട് പരതവെ ചിരുത ചോദിച്ചു:

"ദേ ഓണത്തിന് നിങ്ങൾ എന്താ എനിക്ക് വാങ്ങി തരിക?"

"നിനക്ക് എന്നാ വേണം?"

"എനിക്കേ. പച്ച കുപ്പി വള വാങ്ങി തരുമോ".

"അതെന്നാ പച്ച വള".

"അതോ. കുഞ്ഞമ്മ എനിക്ക് പച്ച ബ്ലൗസ് വാങ്ങി വച്ചിട്ടുണ്ട്.. ഉത്രാട നാളിൽ വെളിപ്പറമ്പിലെ വട്ടക്കളിക്ക് എനിക്ക് ഇടണം".

"ഹോ. ശരി. അങ്ങനെയാകട്ടെ".

അവൾ അവന്റെ മാറിൽ മുഖം ചേർത്തു.
വെള്ളിനാണയം അവളുടെ കവിൾത്തടത്തിൽ. രാവ് മായുന്നു.

"വട്ടീം അരിവാളുമെടുത്ത് എങ്ങോട്ടാ നിന്റെ പുറപ്പാട് ചിരുതേ?"

ഉമിക്കരി പല്ലിൽ തേച്ചുപിടിപ്പിച്ചുകൊണ്ട് തേവൻ ചോദിച്ചു.

"മഴ കഴിഞ്ഞിട്ട് പാടത്ത് പുല്ല് ചെത്താൻ പോയിട്ടില്ല. ഒന്ന് പോയി നോക്കാം. ഇന്ന് എല്ലാ പെണ്ണുങ്ങേ ഇറങ്ങും എന്നാ

കേക്കണേ. അങ്ങാടിയിൽ കൊണ്ട് പോയാൽ നല്ല കാശാ.... കുഞ്ഞമ്മോട് അവധി പറഞ്ഞിട്ടുണ്ട്.

"എന്നാ ശരി പോയി വാ, സൂക്ഷിക്കണം. ചിന്നനെ കൂട്ടിക്കോ".

"ദേ. വീട്ടിനുള്ളിൽ ഒന്നൂല്ലെങ്കിലും. വാതിൽ ചാരിയേക്കണം. ഉച്ചകഴിയും മടങ്ങാൻ".

ചിരുത ചിന്നനേയും കൂട്ടി പാടവരമ്പത്തേക്ക് നടന്നകന്നു.

"ദാ നോക്കെടാ ചിന്നാ. വെളുപ്പിനെ തന്നെ എല്ലാം എത്തിയിട്ടുണ്ട്".

പാടവരമ്പത്ത് പുല്ല് ചെത്തുന്ന പെണ്ണുങ്ങളെ നോക്കി ചിരുത പുലമ്പി. തോടിനോട് ചേരുന്ന ഭാഗത്ത് അവൾ നിലയുറപ്പിച്ചു.

വളർന്ന് ഇടതൂർന്ന് നില്ക്കുന്ന കറുകപ്പുല്ല് മാടിയെടുത്ത് അവൾ അരിയാൻ തുടങ്ങി.

"തേവന്റെ പെണ്ണേ. എന്തോന്ന് വിശേഷം".

ആരോ ചോദിക്കുന്നപോലെ.

"അവക്കെന്നാ വിശേഷം.

ഇനി വിശേഷം ഉണ്ടാകുമോ ആവോ?"

ആരോ കൂട്ടി ചേർക്കുന്ന പോലെ.

പുറത്തിറങ്ങിയാൽ ഇമ്മാതിരി കേക്കണം. അവൾ മനസ്സിൽ കുറിച്ചു.

"ഇവറ്റകൾ എന്തും പുലമ്പട്ടെ, തേവൻ അറിയണ്ട. വിഷമമാകും". പിന്നെ പുല്ല് ചെത്തു തീരും.

"നിന്റെ ചിന്നൻ എന്നാടീ വെകളി പിടച്ച പോലെ ഓടണത്?"

ചിരുത ചോദ്യം കേട്ടാണ് ശ്രദ്ധിച്ചത്.

"അവൻ എന്നാത്തിങ്കലും കണ്ട് കാണും. ഉഗ്ര വെഷം ഉള്ളത് ഉണ്ടെന്നാ കേക്കണേ. വെള്ളം ഇറങ്ങിയപ്പോൾ അങ്ങിങ്ങ് പൊത്തും കാണുന്നുണ്ട്. എല്ലാരും ശ്രദ്ധിയ്ക്കണേ".

പാറുത്തള്ള ഉറക്കെ പറയുന്നത് കേട്ടു.

"ഈശ്വരാ ഇതും തേവൻ അറിയണ്ട. അറിഞ്ഞാൽ നാളെ മുതൽ വിടില്ല".

ചിരുത മനസ്സിൽ പറഞ്ഞു.

"ചിന്നൻ എന്തെങ്കിലും കണ്ട് കാണും".

പുല്ല് ചാക്കും തലയിലേന്തി മടങ്ങുമ്പോൾ ചിന്നൻ ചിരുതയ്ക്ക് മുന്നേ നടന്നു. സൂര്യൻ പടിഞ്ഞാട്ട് ചാഞ്ഞ് തുടങ്ങിയിരുന്നു. ദിവസങ്ങൾക്ക് ശേഷം ചിങ്ങപ്പിറവിയും കടന്ന് അത് ആകാശത്തുനിന്ന് ഭൂമിയെ നോക്കിക്കൊണ്ടേയിരുന്നു.

"ഇന്നും നിന്നെക്കാണാൻ മുകളിൽ ആള് വന്നിട്ടുണ്ട് ചിരുതേ

നോക്ക്".

തേവൻ ചിരുതയെ ചൂണ്ടിക്കാട്ടി.

"ഉവ്വോ. ദാ സിനിമ കൊട്ടകേലെ പോലുണ്ടേ. പുറകീന്ന് വരുന്ന വെളിച്ചം പോലെ".

ചിരുതയുടെ മറുപടി കേട്ട് തേവൻ കുലുങ്ങിച്ചിരിച്ചു.

"ദേ നാളെ ഉത്രാടമാണ്. കാഴ്ചയ്ക്ക് എന്നാ കൊടുക്കുന്നേ..?"

അവൾ ചോദിച്ചു.

"നല്ലൊരു നേന്ത്രക്കുല പോരെ?"

"അത് പോരാ".

"പിന്നെ?"

"ഒരു വലിയ ചേനയും വേണം".

"നിനക്കെന്നാ പെണ്ണേ ഇങ്ങനൊരു പൂതി..."

"ചെല്ലുമ്പോഴൊക്കെ കാശ് കൈ നീട്ടി വാങ്ങാൻ രസാല്ലേ. ആണ്ടിലൊരിക്കലേ അങ്ങോട്ടുള്ളൂ".

അത് നന്നാകണം. അവൾ പരിഭവസ്വരത്തിൽ പറഞ്ഞു.

"ശരി. നാല് മണിക്ക് തന്നെ തറവാട്ടിൽ പോകാം. സന്ധ്യക്ക് വട്ടക്കളിയ്ക്കും. സന്തോഷായോ നിനക്ക്".

തേവന്റെ കൈത്തടങ്ങളിലേക്ക് അവൾ ചേർന്ന് കിടന്നു.

"കുഞ്ഞമ്മയ്ക്ക് ഞാൻ പഞ്ചസാര വാങ്ങീട്ടുണ്ട്. എന്റെ വക. ഓ. അതായിരുന്നു നിന്റെ പുല്ല് വെട്ട് ഉത്സാഹം അല്ലേ".

തേവൻ ചിരിച്ച് കൊണ്ടേ ഇരുന്നു.

അങ്ങാടിയിലാകെ ഉത്രാടത്തിരക്കാണ്. തേവൻ നേരെ പിള്ളേച്ചന്റെ കടയിലേക്ക് ചെന്നു.

"എന്താടോ തേവാ.. നിനക്ക് പതിവ് വേണം അല്ലേ?"

പിള്ളേച്ചൻ കാര്യം മനസിലാക്കാൻ സമയം എടുത്തില്ല.

"ഇത്തവണ ഒരു മുട്ടൻ ചേനയും വേണം".

തേവൻ പറഞ്ഞു.

"നീ തന്നെ തെരഞ്ഞെടുത്തോ. വിശേഷം വല്ലതും ഉണ്ടോടാ".

അർത്ഥം വച്ച ചോദ്യത്തിന് മറുപടി നല്കാൻ തയ്യാറാകാതെ നേന്ത്രക്കുലയും ചേനയുമായി തേവൻ നീങ്ങി.

ബഷീറിന്റെ കടയിൽ നിന്ന് പച്ച കുപ്പിവളയും കൂട്ടത്തിൽ ഒരു ചാന്തും വാങ്ങി. മടിക്കുത്തിൽ ഭദ്രം. കുഞ്ഞമ്മ കൊടുത്ത കാച്ചെണ്ണയും തേച്ച് കുളിച്ചു ചിരുത രാവിലെ തന്നെ തയ്യാറെടുപ്പ് തുടങ്ങിയതോർത്തു. വീട്ടിലേക്കുള്ള മടക്കയാത്രയിൽ തേവൻ ഷാപ്പിന് മുന്നിൽ എത്തി.

അകത്ത് പാട്ടും ചിരിയുമൊക്കെ കേൾക്കുന്നുണ്ട്. ആരൊക്കെയോ "തേവോ" എന്ന് വിളിക്കുന്നുമുണ്ട്. എന്തും ആകട്ടെ ഇന്ന് ഒരു കുപ്പി അടിച്ചിട്ട് തന്നെ കാര്യം.

കക്കയിറച്ചിയും കൂട്ടി ഒന്ന് മോന്തി. വട്ടക്കളിയുടെ പേരിൽ ആരെക്കെയോ ഗ്ലാസ് നീട്ടി. അതും അകത്താക്കി. ആകെ ഉഷാറായി.

"വൈകിട്ട് നേരത്തെ എത്തണം. പാട്ട് തകർക്കണം" ചിലർ പറഞ്ഞു.

"നിന്റെ ചിരുതേം കൂട്ടത്തില്ലേ?"

മറ്റൊരാൾ.

പണിക്കന്റെ കടയിൽ നിന്ന് നാലും കൂട്ടി മുറുക്കി.

തേവൻ തപ്പിനോക്കി. മടിയിലെ കുപ്പിവളകൾ ഭദ്രം.

"ആടിയാടി ആണല്ലോ എന്റെ തേവരുടെ വരവ്. ങ്ഹാ എന്താ ശേല്."

ചിരുതയുടെ ചിരി കണ്ട് തേവനും ചിരിച്ചു.

"ദേ നിന്റെ ഈ നുണക്കുഴിലേ ഞാനൊരു പമ്പരം കറക്കും".

"ഉവ്വോ ങ്ങടെ പൂതി കൊള്ളാലോ".

എന്റെ വളയെവിടെ? ഞാനൊന്ന് ഇട്ട് നോക്കട്ടെ.

തേവൻ മടിക്കുത്തിൽനിന്ന് വളകളും ചാന്തും അവൾക്ക് നല്കി.

അവളുടെ കണ്ണുകളിലെ ആശ്ചര്യമീനുകളെ തേവൻ നോക്കി നിന്നു.

വാ പെണ്ണേ തറവാട്ടിൽ പോയ് വരാം.

അവർ നടന്ന് നീങ്ങി.

"സന്ധ്യയ്ക്ക് മുൻപെ വെളിപ്പറമ്പിൽ പോകണം. ആൾക്കാർ എല്ലാം എത്തും മുമ്പേ".

തറവാട്ടിൽ നിന്ന് മടങ്ങവേ ചിരുത പറഞ്ഞ് കൊണ്ടേ ഇരുന്നു.

"ഇങ്ങേർക്ക് പാടാൻ പറ്റുമോ?" "കാലുറയ്ക്കുവോ". അവൾ കളിയാക്കി

"കുഞ്ഞമ്മയ്ക്ക് പുടി കിട്ടീന്നാ തോന്നണേ".

തേവൻ അവളുടെ കൈത്തണ്ടിൽ ഒന്ന് നുള്ളി.

"കുഞ്ഞമ്മ പറഞ്ഞത് നിങ്ങള് കേട്ടാ. എന്റെ കറുപ്പിന് ഏഴഴകാണ് പോലും".

"കാര്യമൊക്കെ കൊള്ളാം. വട്ടക്കളിക്കിടെ നിങ്ങ ആരേം കണ്ണ് കാണിക്കല്ലേ".

തേവൻ പൊട്ടിച്ചിരിച്ചു.

"ഇന്ന് പാടി ആടി ഞാൻ തിമിർക്കും പെണ്ണേ".

ചൂട്ട് കെട്ട് എടുത്തോണേ. ചിരുത ഓർമ്മിപ്പിച്ചു.

"എന്തിനാ. നല്ല നിലാവുണ്ടല്ലോ. നിന്നെപ്പോലെ നല്ല ഭംഗിയുള്ള നിലാവ്."

തേവന്റെ മറുപടി.

"കൈയ്യിലെടുത്തോളൂ". അവൾ വീണ്ടും.

അക്കരെ നിന്ന് ആൾക്കാരിറങ്ങും മുമ്പേ നമുക്കിറങ്ങാം. തലയ്ക്കിട്ട് കെട്ടും കെട്ടി തേവനും.

"ശേലുണ്ടേ". ചിരുത കുലുങ്ങിച്ചിരിച്ചു.

വാ പെണ്ണേ നമുക്ക് പോയ് വരാം".

തേവൻ മുന്നെ ഇറങ്ങി.

ചിന്നനോ?

അവൾ വീണ്ടും.

"വേണ്ട. അവനിവിടെ നിക്കട്ടെ. ആൾക്കൂട്ടത്തിലെത്തിയാൽ കല്ലേറ് കിട്ടും".

ചിരുത പുറകെ ഇറങ്ങി.

ചിന്നൻ ചുരുണ്ട് കൂടിയും.

"ദേ തേവൻ എത്തി. പാട്ടിനാളായി. കളി തുടങ്ങിയാലോ?" ആൾക്കൂട്ടത്തിൽ നിന്നാരോ പുലമ്പുന്നുണ്ട്.

ചിരുത പെണ്ണുങ്ങൾക്കിടയിൽ പോയി നിലത്തിരുന്നു. ഇവിടിരുന്നാൽ നന്നായി കാണാം.

നിലാവുദിക്കുന്നതേ ഉള്ളു.

കളിക്കാൻ തയ്യാറെടുത്തവർ എല്ലാം തലയിൽ തോർത്ത് കെട്ടിയിട്ടുണ്ട്.

ഉറപ്പിനായി ഉടുമുണ്ട് അഴിച്ച് വീണ്ടും ഉടുക്കുന്നവർ.

തങ്ങളിലൊന്ന് മെച്ചമെന്ന കണക്കെ പെണ്ണുങ്ങൾ ഏറ് കണ്ണിട്ട് നോക്കുന്നു.

ചില കണ്ണുകൾ ചിലരെ തിരയുന്ന കണക്കെ.

നിലാവുദിച്ച പോലെ ചില കണ്ണുകളും.

തേവനെ ആരോ ഇരുളിലേക്ക് കൂട്ടി കൊണ്ട് പോകുന്നത് ചിരുത കണ്ടു.

മടങ്ങും വരെ അവളുടെ കണ്ണുകൾ ഇരുളിലേക്കും.

തേവന്റെ മടക്കം കണ്ടപ്പോൾ കാര്യം ബോധ്യമായി.

കാലുകൾ കാര്യം പറഞ്ഞു.

ഇത് കളിയുടെ ഭാഗം. സാരമില്ല. ഇന്നത്തെ ദിവസം ഓന് സന്തോഷം ആകട്ടെ.

ചിരുത മനസ്സിൽ മന്ത്രിച്ചു.

താഴ്ന്നിരുന്ന് ഉയർന്ന് പൊങ്ങി കൈകൾ ഉയർത്തി തേവൻ ഉറക്കെ പാടി.

"മാവേലി വാണീടും കാലം. തക തെയ്യ്".

വട്ടത്തിൽ അണിനിരന്നവർ ഏറ്റ് പാടി.

"തക തെയ് തകതെയ്യ്".

കാലുകൾ മുന്നോട്ടും പിന്നോട്ടും.

കൈകൾ കൂപ്പിയൊരടിയും.

വട്ടക്കളി ധൃതഗതിയിലായി.

കാഴ്ചക്കാർ ചുവടുകൾക്കൊപ്പവും.

ആനന്ദലഹരിയിൽ വെളിപ്പറമ്പും.

നിലാവ് തിരശീലയ്ക്ക് പിന്നിലേക്ക് മാറിയത് പോലെ.

ചക്രവാളം കറുത്തിരണ്ടു.

"അത്തം വെളുത്തപ്പോഴെ കരുതി".

പാറുത്തള്ള പുലമ്പുന്നു.

"എല്ലാരും വിട്ടോളിൻ. മഴ വരുന്നുണ്ടേ".

ആരെക്കെയോ വിളിച്ചോതുന്നു .

"ചൂട്ടെടുത്തോളാൻ" എന്ന് ചിരുതയും.

ഇരുളിൻ മറവിൽ നിന്ന് തേവൻ എത്തി.

"വാ പെണ്ണേ പോകാം".

"മഴ വീഴാനിരുന്നോ നിങ്ങൾ.. വീണ്ടും മോന്തിയല്ലേ? കാല് നിലത്താണോ".

ചൂട്ട് കെട്ട് നനഞ്ഞു.

"ഇരുട്ടത്ത് തപ്പി തടഞ്ഞ് പോകാം".

ചിരുത പുലമ്പുന്നു.

"ആൾക്കാരെല്ലാം കുടിയിലെത്തിക്കാണും. പാടം എത്തീന്നാ തോന്നുന്നേ.. ഇത് ഒന്ന് കഴിഞ്ഞ് കിട്ടിയാൽ".

അവൾ വീണ്ടും.

"നിനക്കെന്നാ പെണ്ണേ പേടിയുണ്ടോ. ഉണ്ടെങ്കിൽ എന്റെ തോളിലോട്ട് കേറ്".

തേവന്റെ ചിരി കലർന്ന മറുപടി.

"ഉവ്വ. രാത്രിക്ക് തോളിലേറ്റി കുട്ടൻ ചാല് കടന്ന് എന്നെ പൊക്കിയ കഥ പറയിക്കണ്ട".

ചിരുതയും വിട്ട് കൊടുത്തില്ല.

തേവൻ അവളെ അവന്റെ കൈത്തണ്ടിൽ എടുത്ത് പൊക്കി നടന്നു.

"ഭാരം ഇമ്മിണി കൂടിട്ടുണ്ടേ". വരമ്പ് കഴിഞ്ഞ് ചാലെത്തിയപ്പോൾ ചിരുത വീണ്ടും.

"ദേ. എന്നെ താഴെയിറക്ക്. ചാല് ചാടി കടക്കണം".

അവൻ അവളേയും എടുത്തൊരു ചാട്ടം കൊടുത്തു. എന്നിട്ടവൻ പൊട്ടിച്ചിരിച്ചു.

ഒരു നിമിഷം കാലിലെന്തോ കൊണ്ടത് പോലെ തേവന് തോന്നി. ചിരുതയെ താഴെയിറക്കി. ശക്തമായി കാലൊന്ന് കുടഞ്ഞു.

ചിരുത അറിയണ്ട. വീട്ടിലെത്തിയിട്ട് നോക്കാം. വീട്ടിലെത്തി കാലു കഴുകുന്നതിനിടെ ചോരയുടെ കണങ്ങൾ കാലിന്റെ കണ്ണയിൽ തേവൻ ശ്രദ്ധിച്ചു.

അല്പം നീറ്റലുമുണ്ട്.

തേവൻ മണ്ണെണ്ണവിളക്കിന്റെ തിരിയെടുത്ത് രണ്ടിറ്റ് മണ്ണെണ കാലിന്റെ കണ്ണയിൽ ഒഴിച്ചു. എന്തെങ്കിലും കൊണ്ടതാകാ നേവഴിയുള്ളൂ.. ചിരുത അറിയണ്ട.

വന്നതറിഞ്ഞിട്ടും ചിന്നൻ ഗൗനിക്കുന്നില്ല. പിണക്കമാകും.

തേവൻ കൂരയിൽ കയറുമ്പോഴെക്കും മഴ കനത്ത് തുടങ്ങി. കാലിൽ നിന്ന് ഒരു തരിപ്പ് മുകളിലേക്ക്. വല്ലാതെ വിയർക്കു ന്നുമുണ്ട്. ചിരുത പാത്രങ്ങൾ കഴുകുന്ന തിരക്കിലാണ്.

ഒരു തളർച്ച പോലെ.

പായ വിരിക്കുന്നതിനു മുമ്പേ തേവൻ ചാഞ്ഞ് നീണ്ട് നിവർന്നു.

കണ്ണിൽ ഇരുട്ട് മൂടുന്നു .

കണ്ണ് അറിയാതെ കൂമ്പുന്നു.

മഴ ചന്നം പിന്നം പെയ്തു തുടങ്ങി.

തൂവൽസ്പർശം

ചിറക്കടവ് ഗ്രാമം പതിവുപോലെ ഉണർന്നു. ഗ്രാമീണ സൗന്ദര്യത്തിന്റെ ഏഴ് മുഖങ്ങളും സമ്മാനിക്കുന്ന ഒരു കൊച്ച് ഗ്രാമം. നാമമാത്രമായ വീടുകളും കുടിലുകളും ഗ്രാമത്തിനലങ്കാരമാകുമ്പോൾ, പച്ചക്കറിത്തോട്ടങ്ങളും, നെൽകൃഷിയും ഗ്രാമത്തിന്റെ ഭൂരിഭാഗം പ്രദേശങ്ങളിലും കാണാം. അടക്കയും നാളി

കേരവും വിപണിയിലെത്തിച്ച് ഉപജീവനം നടത്തുന്നവരും ഏറെ. അകലങ്ങൾ വീടുകൾക്കും കുടിലുകൾക്കും സമ്മാനിച്ചെങ്കിൽ അടുപ്പം കൊണ്ട് ഹൃദയങ്ങളിലേറിയ ഒരു കൂട്ടം നിഷ്ക്കളങ്കരുടെ ഗ്രാമം.

പുഴയും പാടശേഖരങ്ങളും ചെമ്മണ്ണിന്റെ പാതകളും ചിറക്കടവ് ഗ്രാമത്തിന്റെ ബഹുമുഖ വർണ്ണങ്ങൾ. പുഴയരികിലായി ഗ്രാമത്തിന്റെ കാവലാളായി ഹനുമൽ ക്ഷേത്രവും. പുഴയിൽ തുടിച്ച് കുളിക്കുന്ന ശബ്ദം തന്നെ ചിറക്കടവിന്റെ ആദ്യ പ്രഭാത ധ്വനികൾ. അത് വാസു നമ്പൂതിരിയുടെതന്നെ എന്നതിൽ ആർക്കും സംശയവുമില്ല. സമയം നാലര ആയി എന്ന് കുടിലുകളിൽ ചിലർ അടക്കം ഇതിനോടകം പറഞ്ഞും കാണും. ശ്രീകോവിലിലെ മണികൾ മുഴക്കി നടതുറന്നാൽ "എന്റെ ആഞ്ജനേയാ" വിളികളുമായി സാവിത്രി ചേച്ചി ആദ്യ ഹാജർ. കൈയ്യിൽ പതിവ് വാഴയിലയിൽ പൊതിഞ്ഞ അവിലും. അഞ്ജനേയനായി!

"എന്റെ ആഞ്ജനേയാ എന്ന് പറയാതെ സാവിത്രിയമ്മേ, ദേശത്തിന്റെ എന്നാക്കൂ".. പതിവുപോലെ ക്ഷേത്രപാലകൻ വാര്യർ ഇതിനോടകം സാവിത്രിയമ്മയോട് പറഞ്ഞ് കാണും. അതും പതിവ്.

ക്ഷേത്രത്തിന് വടക്ക് കിഴക്കെ മൂലയിലെ കൃഷ്ണേട്ടന്റെ പെട്ടിക്കടയിൽ നിന്ന് പ്രഭാത ഭേരി ഇതിനോടകം കേൾക്കാം.

ചിറക്കടവ് ഗ്രാമം ഉണർന്നു.

നാട്ടരും.

തൊഴുത് പ്രദക്ഷിണവും വച്ചാൽ നടത്തം കൃഷ്ണേട്ടന്റെ കടയിലേക്ക്. അതാണ് സാവിത്രിയമ്മയുടെ ശീലം. ഇരു കൈകളും ഉയർന്ന് മാറി മറിഞ്ഞ് ഗ്ലാസിൽ നിറയ്ക്കുന്ന പതപ്പിച്ച ചായ സാവിത്രിയമ്മക്കായ് റെഡി. ഒപ്പം കൃഷ്ണേട്ടന്റെ ചോദ്യവും.

"എന്തായി സാവിത്രിയമ്മേ ഇന്നലത്തെ കുട്ടയിലെ വിശേഷങ്ങൾ?"

ചായ ഊതിക്കുടിക്കുന്നതിനിടയിൽ മേശപ്പുറത്ത് വിശേഷങ്ങൾ നിരത്തി സാവിത്രിയമ്മയും. പാൽക്കാരൻ കേശു പിള്ളയും ദിനപത്രം വിതരണം ചെയ്യുന്ന ഖാദറിക്കയും ഇതിനോടകം ഹാജർ.

വാദപ്രതിവാദങ്ങൾ കഴിഞ്ഞ് ഒത്ത് തീർപ്പ് ഫോർമുലയും തയ്യാറാക്കിസാവിത്രിയമ്മ മടങ്ങാൻ നേരം കൃഷ്ണേട്ടനോടായി ചേദിച്ചു.

"ഒരു നൂറ് രൂപാ വേണം നായരെ. നാളെ അങ്ങട് തിരിച്ച്

തരാം". കാര്യങ്ങൾ കൃത്യമായി അറിയുന്ന കൃഷ്ണേട്ടൻ മറുപടി നല്കി.

"ഇന്നലത്തെ പണം ആർക്കാ സംഭാവന നല്കിയേ?"

"എന്ത് പറയാനാ. തെക്കും ഭാഗത്തെ അമ്മിണിയുടെ മോൾക്ക് ഫീസ് അടക്കാനില്ലത്രേ"...

"മടിച്ചില്ല കൈയിലുള്ളത് എടുത്ത് കൊടുത്തു".

"നിങ്ങള് ചിറക്കടവിനെ സംരക്ഷിച്ചോളൂ. കുട്ടയുമായ് പകൽ മുഴുവൻ ചിറക്കടവിന് പ്രദക്ഷിണം വച്ച്".

പണം ദാ എടുത്തോളൂ...

കച്ചവടം മുട്ടണ്ട.. കൃഷ്ണേട്ടൻ കൂട്ടിച്ചേർത്തു.

സാവിത്രിയമ്മയുടെ കുട്ടയിൽ കാലം മാറ്റിമറിക്കുന്ന സാധനങ്ങൾ ഇടം പിടിക്കും. ഇപ്പോൾ നാടൻ വെള്ളരിയും ഇളവനും ചീരയും ആകുമ്പോൾ മാസങ്ങൾക്ക്ശേഷം പുഴുങ്ങി ഉണക്കിയ കുത്തരിയാകാം, മാമ്പഴങ്ങൾ ആകാം, നാളികേരം ആകാം.

എക്കാലവും കുട്ട നിറയും, തലയിലേറ്റിയ കുട്ടയുമായ് സാവിത്രിയമ്മ നടന്നുകൊണ്ടേയിരിക്കും. ചിറക്കടവിന്റെ എല്ലാ മൂലകളിലും.. വിഷയങ്ങൾ അന്വേഷിച്ചും, വിശേഷങ്ങൾ പങ്ക് വച്ചും. ഒടുവിൽ സായാഹ്നമാകുമ്പോഴേക്കും ഇറക്കി വച്ച കുട്ടയുടെ മുന്നിൽ കുന്തക്കാലിൽ കുത്തിരിക്കുന്ന സാവിത്രിയമ്മയെ അങ്ങാടിക്കകത്തും കാണാം.

"ചിറക്കടവിന്റെ സ്വന്തം സാവിത്രിയമ്മ".

ചിറക്കടവ് ഗ്രാമത്തിലെ ഏവർക്കും സാവിത്രിയമ്മ പ്രിയപ്പെട്ടതെങ്കിലും ഈശ്വരവിലാസത്തിലെ അമ്മു അമ്മയ്ക്ക് പ്രിയം ലേശം ഏറെ. നാലാം തരത്തിൽ വരെ അമ്മു അമ്മയ്ക്കൊപ്പം പഠിക്കാനും ഭാഗ്യം ഉണ്ടായി. ഉന്നത തറവാട്ടിലെ ആണെങ്കിലും അമ്മു അമ്മ ആ സൗഹൃദം നിലനിർത്തുന്നു. ഈശ്വരവിലാസത്തിൽഅല്പസമയം കൂടുതലായി കുട്ട താഴെ വിശ്രമിയ്ക്കും. കുട്ടയ്ക്കുള്ളിൽ താഴെയായി അമ്മു അമ്മയ്ക്കായി പ്രത്യേകം കരുതിയ പച്ചക്കറികളും. നാലും കൂട്ടിയുള്ള മുറുക്കും നാല് വർത്തമാ നവും പതിവ് തന്നെ. ചിറക്കടവിന്റെ അനുദിന വിശേഷങ്ങളും വ്യതിയാനങ്ങളും അമ്മു അമ്മയുടെ കാതിൽ ഓതിക്കഴിഞ്ഞാൽ കുട്ട തലയിലേക്കും.

ഇന്നെന്തോ പതിവില്ലാതെ മകന്റെ വിശേഷം അമ്മു അമ്മ അന്വേഷിച്ചു.

"നിന്റെ മകനെ കുറിച്ച് വല്ലതും അറിയുമോ സാവിത്രി?"

"അവനെവിടെയാ?"

നാളുകൾക്ക് ശേഷം ഉള്ള ഈ ചോദ്യം സാവിത്രിയമ്മയെ

നന്നേ വിഷമിപ്പിച്ചു.

"ഒരു വിവരവും ഇല്ല. നാട് വിട്ട് പോയ ശേഷം തിരിച്ച് ഒരു അന്വേഷണവും ഇല്ല".

ഇനി ഒട്ട് ഉണ്ടാകുമെന്നും തോന്നണില്ല.

"വർഷം പന്ത്രണ്ടായി. തിരിച്ചറിവ് വന്നപ്പോൾ പോയതല്ലേ..."

സാവിത്രിയുടെ ഒറ്റ ശ്വാസത്തിലുള്ള മറുപടിയും.

ആട്ടെ "ഇത്രയും നാൾ നിന്നോടത് ചോദിച്ചിട്ടില്ല". പ്രത്യേകിച്ച് വല്ല കാര്യം?

"കാരണമോ.. അവന് അച്ഛൻ ആരെന്നറിയണം, എവിടെയെന്നറിയണം".

അത്രയും നാൾ ദൂരെ എവിടെയൊ എന്ന് പറയാമായിരുന്നു. തിരിച്ചറിവ് വന്നപ്പോൾ ചോദ്യം ചെയ്യലായി.

"കുട്ടികൾ കളിയാക്കണത്രേ".. ഞാൻ ആരെ ചൂണ്ടിക്കാട്ടും, ആരാണ് എന്ന് പറയും".

എല്ലാം അമ്മു അമ്മയ്ക്ക് അറിയാമല്ലോ..

സാവിത്രിയമ്മ മറുപടി നല്കി.

നിന്നെ കുറ്റപ്പെടുത്തിയിട്ട് കാര്യമില്ല. അന്നത്തെ നിന്റെ പ്രായം നല്കിയ പൂതി. പ്രമാണിമാർ നാട്ടിലിറങ്ങിയാൽ കണ്ണുകൾ നെട്ടോട്ടം ഓടും. അഴകേറെ ആയാൽ പുകഴ്ത്തലും മോഹന വാഗ്ദാനങ്ങൾ ചൊരിയും.

"നിന്നെ കണ്ടാൽ അന്നാർക്കാ മോഹം തോന്നാതിരിക്ക." അമ്മു അമ്മ പറഞ്ഞു.

സാവിത്രിയമ്മയുടെ കണ്ണുകളിൽ വിരളമായ ആർദ്രത പ്രത്യക്ഷമായ്.

"ആണുങ്ങള് അങ്ങനാ"...

"വല്ല വിവരോം ഉണ്ടോ ആളുടെ?"

അമ്മു അമ്മ വീണ്ടും.

കുമ്പിട്ട തല ഇല്ല എന്ന ഉത്തരവും .

"ആൾക്ക് അത്രയേറെ ഇഷ്ടമായിരുന്നു.

അറിയാതെ സാവിത്രിയമ്മ പറഞ്ഞ പോലെയും....

അങ്ങാടിയിലെ കച്ചവടത്തിനിടെ ആരോ ചോദിച്ചു.

"സാവിത്രി ചേച്ചീടെ ഇന്നത്തെ വരവ് ആർക്കാണാവോ?"

ഇന്നലെ തെക്കുംഭാഗത്തെ അമ്മിണിക്ക് പണം കൊടുക്കുന്നതിനിടെ പത്രക്കാരൻ ഖാദറിന്റെ കുട്ടിയ്ക്ക് സ്കൂളിൽ പോകാൻ പുത്തൻ കുപ്പായം ഇല്ലത്രേ. "ഇന്ന് കൊടുക്കാം എന്നാ പറഞ്ഞേ".. നായർക്ക് നൂറ് രൂപാ കൊടുക്കാനുണ്ട്. നൂറ് എന്റെ കൈവശവും. ബാക്കി ഖാദറിനും.. കുട്ട്യോള് പഠിച്ച്

മിടുക്കരാകട്ടെ. നമ്മുടെ ചിറക്കടവ് ഗ്രാമവും. അതാ എന്റെ പ്രാർത്ഥന. സാവിത്രിയമ്മയുടെ നീട്ടി ഒരു ഉത്തരവും.

നിങ്ങളുടെ ഈ നല്ല മനസ്സ്. ഈ കുട്ടികളെല്ലാം പഠിച്ച് മിടുക്കരായി നിങ്ങളുടെ കാലശേഷം നിങ്ങൾക്കായ് ഒരു സ്മാരകം പണിയും, ഈ ചിറക്കടവ് ഗ്രാമത്തിൽ!

“നോക്കിക്കോ. അങ്ങാടിക്കൂട്ടങ്ങളുടെ ഏകസ്വരത്തിലൊരു ഉത്തരവും”.

കാലം കടന്ന് പോയി. ചിറക്കടവ് ഗ്രാമത്തിൽ ആദ്യമായ് അമ്മിണിയുടെ മകൻ എഞ്ചിനീയറായി. തൊട്ടടുത്ത വർഷം ഒരു ഡോക്ടറും, പത്രക്കാരൻ ഖാദറിന്റെ മകൻ! മറ്റ് ചിലർ സർക്കാർ ഉദ്യോഗസ്ഥരായി. സാവിത്രിയമ്മയുടെ കുട്ടയുടെ മാഹാത്മ്യം കൈപ്പറ്റിയവർ ഏറെ. സാവിത്രിയമ്മയും അമ്മു അമ്മയും മാസ വ്യത്യാസങ്ങളിൽ മരണമടഞ്ഞു. കൃഷ്ണേട്ടൻ കിടപ്പിലാണ്. ചിറക്കടവിലെ ചെമ്മണ്ണ് പാതകൾ ടാറിട്ട റോഡുകളായി. അതിലൊന്ന് സാവിത്രിയമ്മയുടെ പേരിലാക്കാൻ ജനപ്രതിനിധികൾ ഒന്നിച്ചു. ചിറക്കടവ് ഭവനങ്ങളിൽ ഇന്നും സാവിത്രിയമ്മ എത്തുമത്രേ...

“ഒരു സ്വാന്തനമായ്”...

“ഓർമ്മകളിലെ ഒരു തൂവൽ സ്പർശമായ്”.........

കരിയിലക്കാറ്റ്

മഴത്തുള്ളികിലുക്കങ്ങൾ പ്രഭാതത്തിന് വിരുന്നുകാരായി എത്തിയിരിക്കുന്നു. പറമ്പിൽ അങ്ങിങ്ങ് ജലപ്പരപ്പുകൾ! ഭൂമിയിലേക്ക് അലിഞ്ഞ് ചേരാൻ വെമ്പി നില്ക്കുന്ന കണക്കെ. ഓല തുമ്പത്ത് ഓലഞ്ഞാലി ഊഞ്ഞാൽ ആടുന്നത് കണ്ടാൽ ഓണത്തിനുള്ള പുറപ്പാട് വിളിച്ചോതുന്ന പോലെ.

"ശരിയാണല്ലോ?"

കർക്കിടകം വിട വാങ്ങാറായി.

ഇന്നലെയും രാവിലെ മുതൽ മഴയായിരുന്നു. മഴയുടെ ഭാവങ്ങളെല്ലാം നോക്കി കിഴക്കെ കോലായിൽ ഇരുപ്പായിരുന്നു. പ്രണയമഴ പെയ്തൊഴിയാതെ പ്രണയാർദ്രമായി പൊതിയുന്നതുപോലെ. നല്ല ഒരു മഴകാഴ്ചയുടെ അനുഭൂതി. വൈകിട്ട് ഉള്ള

വണ്ടിക്ക് ഗുരുവായൂർക്ക് പോകണം. നിർബന്ധിച്ചിട്ടും അമ്മ വരുന്നില്ല എന്ന ഉത്തരം ആയിരുന്നു ഇന്നലേയും. ജോലി കിട്ടിയാൽ നേർന്നതാ. കണ്ണനെ കണ്ട് തൊഴുത് ശയനപ്രദക്ഷിണവും നടത്തി വേണം ജോലിയിൽ പ്രവേശിക്കുവാൻ.

എന്നും ഗുരുവായൂരപ്പനേയും സ്തുതിച്ച് നടന്നിരുന്ന അച്ഛന്റെ മുഖം തെളിഞ്ഞ് വരുന്നു. ഒരു സർക്കാർ ജോലി വാങ്ങണം എന്ന് അച്ഛൻ എന്നും പറയുമായിരുന്നു.

വില്ലേജ് ഓഫീസിനു മുന്നിലെ അച്ഛന്റെ ചായക്കടയും രണ്ട് നേരം ഉദ്യോഗസ്ഥർക്ക് ചായ നൽകിയും അത്യാവശ്യ സേവനങ്ങൾ നല്കിയും അച്ഛനിലും സർക്കാർ ഗന്ധം നിറഞ്ഞ് നിന്നിരുന്നു. വീട്ട് മുറ്റത്ത് വെള്ള പുതപ്പിച്ച നിശ്ചലമായി കിടന്ന അച്ഛന് ചുറ്റും സർക്കാർ ഉദ്യോഗസ്ഥരും അവർ വന്ന സർക്കാർ വണ്ടികളും വില്ലേജ് ഓഫീസിൽ കയറി ഇറങ്ങി നടന്ന പപ്പേട്ടനെ സർക്കാർ ജീവനക്കാരനായി കണ്ടതും ഓർത്ത് പോകുന്നു. ബിരുദം കൈയ്യിൽ എത്തും മുൻപെ പപ്പേട്ടനെന്ന അച്ഛനും പറന്നകന്നു.

കടയിൽ നിന്ന് ഇന്നലെ വാങ്ങിയ ബാഗിൽ എന്തൊക്കെ കരുതണം. സർട്ടിഫിക്കറ്റുകളുടെ ഫയൽ ഭദ്രമായി വയ്ക്കണം. അത്യാവശ്യം തുണിത്തരങ്ങളും. എറണാകുളം മൂവാറ്റുപുഴ റൂട്ടിൽ ആണെന്ന് മാത്രം അറിയാം. അകന്ന ബന്ധു വഴി ഒരു മുറിയും അവിടെ തരപ്പെടുത്തിയിട്ടുണ്ട്. ഒറ്റയ്ക്കാകുന്ന അമ്മയെ കുറിച്ചോർക്കുമ്പോൾ വിഷമം തോന്നി. കുറച്ച് നാളുകൾക്ക് ശേഷം നാട്ടിലെവിടെയെങ്കിലും എത്തിപ്പെടാം.

മനസ്സിൽ ആയിരം കാര്യങ്ങൾ.

ചെറിയ അങ്കലാപ്പും.

അമ്മാവനെ ചെന്ന് കണ്ട് യാത്ര പറയണം എന്ന് അമ്മ ഓർമ്മിപ്പിക്കുമ്പോൾ പ്രഭാത കൃത്യങ്ങളിലേക്ക് നീങ്ങി. അമ്മയോട് യാത്ര പറയുമ്പോൾ ശബ്ദം ഇടറുന്നുണ്ടായിരുന്നു. അമ്മയുടെ നെറ്റിയിലെ ഭസ്മക്കുറി ആത്മവിശ്വാസം പകരുന്നപോലെ തെളിഞ്ഞ് നിന്നിരുന്നു. കണ്ണുകളിൽ ഈറനണിയുന്നത് കാണാനുള്ള കരുത്തില്ലായിരുന്നു. ഒന്ന് കൂടി തിരിഞ്ഞ് നോക്കി.

പോയ് വരാം അമ്മേ.

"ഗുരുവായൂരപ്പൻ മോനെ കാത്ത് കൊള്ളും. അച്ഛനെ മനസ്സിൽ സ്മരിക്കുക".

അത്രമാത്രം അമ്മയും പറഞ്ഞു.

പാടവരമ്പത്ത് കൂടി നടക്കുമ്പോൾ വഴിയിൽ അമ്മാവനെ കണ്ടു. രാവിലെ വീട്ടിൽ പോയി ആശിർവാദം തേടിയതാണ്. "പുതിയ സ്ഥലത്തേക്കാണ് എന്നോർക്കുക. ശ്രദ്ധ നന്നായി

ഉണ്ടാകണം. നന്നായി വരട്ടെ".

അമ്മാവൻ ഇത് പറയാൻ കണക്കെ കാത്ത് നിന്നത് പോലെ...

വഴിയോരം വിജനമായിരുന്നു.

ബസ്സ് കാത്ത് നിൽക്കുമ്പോൾ തൊട്ടടുത്ത മുറുക്കാൻ കടയിൽ നിന്ന് ഹംസ മാടി വിളിച്ചു.

"സുജിത്തേ ജോലി സ്ഥലത്തേക്കാണല്ലേ?" അമ്മാവൻ പറഞ്ഞിരുന്നു. ഹംസ വെളുക്കെ ചിരിച്ച് പറഞ്ഞ് കൊണ്ടിരുന്നു. എന്തായാലും പപ്പേട്ടന്റെ ആഗ്രഹം നീ സാധിച്ചല്ലോ? മൂപ്പര് കാണുന്നുണ്ടാകും.

"നാരങ്ങാവെള്ളം കുടിക്കണോ കുട്ട്യേ?" ഹംസ വീണ്ടും.

വേണ്ടയെന്ന് അർത്ഥത്തിൽ തലയാട്ടി.

ബസ്സിൽ കയറി ഹംസക്ക് കൈ വീശി യാത്രയായ്.

ഗുരുവായൂർ ബസ്സിറങ്ങുമ്പോൾ അർദ്ധരാത്രി കഴിഞ്ഞിരുന്നു. രാത്രി മഴയുടെ തണുപ്പ്. ചന്നം പിന്നം മഴ പെയ്യുന്നുമുണ്ട്. ബാഗ് തോളിൽ തൂക്കി പടിഞ്ഞാറെ നട വഴി അമ്പലക്കുളത്തിനെ ലക്ഷ്യമാക്കി നടന്നു. വടക്ക് വശത്ത് കൂടി കിഴക്ക് കൽപ്പടവുകൾക്ക് അരികിലെത്തി. കിഴക്കെ നടയിൽ നിർമ്മാല്യ ദർശനത്തിനായി ജനങ്ങൾ കിടപ്പും ഇരിപ്പുമായി നീളെ കാണുന്നു. തിരക്ക് തന്നെ. കൽപ്പടവുകളിൽ ബാഗ് വച്ച് കുളിക്കുവാൻ ഒരുങ്ങി. വെള്ളത്തിനു് എന്താ തണുപ്പ്. മുങ്ങി പൊങ്ങി കുളിച്ചു എന്നാക്കി തീർത്തു. നേരെ ക്ലോക്ക് റൂമിലേക്ക്.

അമ്മ തന്ന് വിട്ട നാണയപ്പൊതി കൈയ്യിലെടുത്തു. നീണ്ട നിരയുടെ തുടക്കം കിഴക്ക് കണ്ടെത്തി. ഏഴര വെളുപ്പിനടുത്ത് എത്തി നില്ക്കുന്നു. ആചാരമണികൾ മുഴങ്ങിയതോടെ നട തുറന്നു എന്ന് തിരിച്ചറിഞ്ഞു. സുകൃതം ഏകുന്ന നിർമ്മാല്യ ദർശനത്തിനായി "ഹരേ കൃഷ്ണ" നാമങ്ങൾ അലയടിച്ചു. ചെറുതായി നിര നീങ്ങുന്നുണ്ട്. തുളസിയും താമരയും മുല്ല പിച്ചി മാലകളും മഞ്ഞപ്പട്ടുകളുമായി ചിലർ വഴിയരികിൽ കാണുന്നു. മറ്റ് കടകൾ ഒന്നും തുറന്നിട്ടുമില്ല.

കണ്ണനെ കാണുവാൻ അണിഞ്ഞൊരുങ്ങിയാണ് എല്ലാവരും. ഉച്ചഭാഷിണിയിലൂടെ ജ്ഞാനപ്പാന അലകളായ് വാതാലയേശനോടൊപ്പം.

"ഇച്ഛീച്ചിടുന്നതൊക്കെ കൊടുത്തീടും വിശ്വ മാതാവ് ഭൂമി ശിവ ശിവ".

മനസ്സ് അവിടെ ഉടക്കി നിന്നു.

ബിരുദം നേടിയ ശേഷം എത്രത്തോളം മൽസര പരീക്ഷകൾ എഴുതിയിരുന്നു ...

അച്ഛനോടൊപ്പം ചായക്കടയിൽ നിൽക്കുമ്പോളും കൈയ്യിൽ പുസ്തകങ്ങളായിരുന്നു ...

നിനച്ചിരിക്കാതെ അച്ഛന്റെ വേർപാടും. നാട് വിട്ടാലോ എന്ന് വരെ ചിന്തിപ്പിക്കുമ്പോളാണ്. ഈ നിയമന കത്ത് ലഭിക്കുന്നത്. അമ്മയുടെ പ്രാർത്ഥനകൾ സഫലമാകുന്നു.

"കൃഷ്ണ കൃഷ്ണാ".

വാകച്ചാർത്താകുമ്പോളെക്കും നടയിൽ എത്തുമെന്ന് കരുതുന്നു. തലേ ദിവസം ചാർത്തിയ മാലകളും മഞ്ജുള ഭൂഷണ സഹിതനായ നിർമ്മാല്യ ദർശനം ചിലർക്ക് ഇതിനോടകം ലഭിച്ച് കാണും. തിരുനടയിൽ എത്തുമ്പോൾ വാകപ്പൊടിയിൽ ദേഹമാസകലം പൊതിഞ്ഞ് വെണ്ണക്കല്ല് പോൽ തിളങ്ങും വിശ്വരൂപദർശനം ലഭിച്ചു. ദുരിതങ്ങളകറ്റാൻ ദർശന പുണ്യമായ് കരുതുന്നത്. കാണിക്ക ഇട്ട് മനസ്സു ഉരുകി. "ഹരേ കൃഷ്ണാ കാത്ത് കൊള്ളണമേ".

അച്ഛനെയും മനസ്സിൽ ധ്യാനിച്ച് വടക്കെ നടയിലൂടെ പുറത്തേക്ക്.

നാലമ്പലത്തിനു പ്രദക്ഷിണം വച്ച് തീർത്ഥവും ചന്ദനവും വാങ്ങി തിരുനടയിൽ നിന്ന് പ്രാർത്ഥിച്ചു. "അടുത്ത തവണ ഞാൻ വരും. അമ്മയും ഒത്ത്. അന്ന് ഞാൻ ശയനപ്രദക്ഷിണം ചെയ്ത് കൊള്ളാം". മാപ്പാക്കണേ. "ഹരേ കൃഷ്ണാ".

മൂവാറ്റ് പുഴയ്ക്കുള്ള ബസ്സിലെ യാത്രയ്ക്കിടയിൽ ഒരു വേള അമ്മയുടെ അടുക്കലേക്ക്. വടക്കേതിലെ രമണി ചേച്ചി ഇന്നലെ രാത്രി കൂട്ടിന് ഉണ്ടായിക്കാണും. അമ്മയ്ക്ക് സഹായവും സൊറ പറച്ചിലിന് ആളും ആയി.

"സുജി മോനേ. നീ ധൈര്യം ആയി പൊയ്ക്കോള്ളു. രമണി ചേച്ചി അമ്മയ്ക്ക് കൂടെയുണ്ടാവും". പോരും നേരം പറഞ്ഞിരുന്നത് ഓർക്കുന്നു.

വീട് പുതുക്കി പണിഞ്ഞ ബാധ്യതകൾ തീർക്കും മുൻപെ അച്ഛൻ യാത്രയായ്. തെക്കെ പാടത്തിന്റെ പകുതിയോളം അമ്മാവന് നല്കി കുറച്ചൊക്കെ തീർത്തു. അമ്മാവനായത് കൊണ്ട് കണക്കും പറഞ്ഞില്ല ഇനി അല്പം സ്വല്പം കൂടിയുണ്ട്. എങ്ങനെയും തീർക്കണം.

മൂവാറ്റ് പുഴയിൽ നിന്നും പുത്തൻകുരിശ് എത്തുമ്പോൾ സായാഹ്നം ആകും. അവിടെയെത്തിയാൽ ആധാരം എഴുത്തുകാരൻ രാമൻ നായരെ അന്വേഷിക്കുവാനാണ് അമ്മാവൻ പറഞ്ഞിരിക്കുന്നത്. അമ്മാവന്റെ ഒരു പഴയ സുഹൃത്ത്. താമസ സൗകര്യം ഒരുക്കാം എന്ന് സമ്മതിച്ചിട്ടുണ്ട്. ബാഗിൽ അമ്മാവന്റെ കത്തും ഉണ്ട്.

തലേ രാത്രിയുടെ ക്ഷീണം കണ്ണുകൾക്ക് ചെറു ഭാരം നല്കുന്നു. ഒരു മയക്കത്തിലേക്ക്.

"ആ കനാലിന്റെ അരികിലൂടെ ഒരു കിലോമീറ്റർ കിഴക്കോട്ട് നടന്നോളൂ".

ഇന്ന് എഴുതാപ്പീസിൽ നിന്ന് നേരത്തെ ഇറങ്ങി. ആരോ കുട്ടനാട് നിന്നും വരുന്നുണ്ട്. പുത്തൻകുരിശ് ഇറങ്ങി അന്വേഷിച്ചപ്പോൾ കിട്ടിയ മറുപടി.

ഏവർക്കും സുപരിചിതനായ രാമേട്ടൻ. കനാലിന്റെ അരികിലൂടെ നടക്കുമ്പോൾ കുട്ടനാടൻ വരമ്പുകൾ ഓർത്ത് പോയി. ഇവിടെ എല്ലാം വിപരീതം. കനാലിന് ഇരുവശവും റബർ തോട്ടങ്ങളാണ്. വീടുകൾ തമ്മിൽ അകലങ്ങളും ഉയരവ്യത്യാസങ്ങളും നോക്കി പതുക്കെ നടന്നു. വഴിയിൽ ആരെയും കാണുന്നില്ല. എന്തായാലും പറഞ്ഞ കണക്കിന് ദൂരവും ആയിട്ടില്ല. നടന്ന് നാലും കൂടിയ ഒരു സ്ഥലത്ത് നിന്നു.

"ഇനി എങ്ങോട്ട്?" ആരെയും കാണുന്നുമില്ല. മുകളിൽ ഒരു നാല് കെട്ട് കണക്കെ വീട് കാണുന്നുണ്ട്. മുറ്റത്ത് ആരെയും കാണുന്നുമില്ല. തോളിലെ ബാഗ് താഴെ വച്ച് അല്പനേരം നിൽക്കാം.

"ആരാണാവോ?" എന്ന വിളി നാല് കെട്ടിന്റെ മുൻവശത്ത് നിന്ന് കേട്ടപ്പോൾ തിരിഞ്ഞ് നോക്കി.

മാധവൻ പറഞ്ഞ ആളാണെങ്കിൽ ഇങ്ങോട് പോരുക.

അതെ.. ആ ആൾ ഞാൻ തന്നെ. ബാഗും എടുത്തു് പടവുകൾ കയറി നാല് കെട്ടിന്റെ പൂമുഖത്ത് എത്തി.

യാത്ര സുഖമായിരുന്നോ. മാധവൻ എന്ത് പറയുന്നു? ഞങ്ങൾ പഴയ സുഹൃത്തുക്കളാ.

ഒറ്റ ശ്വാസത്തിൽ കാർന്നോര് പറഞ്ഞു.

ആശ്വാസമായി. എത്തേണ്ടടുത്ത് എത്തിയിരിക്കുന്നു.

കഴിഞ്ഞ മാസം വരെ ഒരാളുണ്ടായിരുന്നു. കൃത്യ സമയത്താ മാധവന്റെ കത്ത് വന്നത്.. പടിഞ്ഞാറെ കോലായിൽ ഒരു മുറി കാട്ടി അദ്ദേഹം പറഞ്ഞു...

"നന്നായി ഒന്ന് കുളിക്കുക. ക്ഷീണം മാറും. അമ്മ മാത്രമേ ഉള്ളൂ അല്ലേ"...

എല്ലാം അറിഞ്ഞിരിക്കുന്നു. ഇവിടെ ഞാനും ഭാര്യയും മാത്രം.. മക്കളെല്ലാം പുറത്താണ്.. വല്ലപ്പോഴും വരും.. മോൻ ഞങ്ങളിലൊരാളായി താമസിച്ചോളു. മാധവനെ..... അവൻ എനിക്കങ്ങനെയാണ്.

ബാഗുമായി മുറിയിലേക്ക് കയറുമ്പോൾ അദ്ദേഹത്തിന്റെ

ഭാര്യയും എത്തി....

മോൻ പുറത്ത് ഒന്നും പോകണ്ട. ഭക്ഷണം ഇവിടെ ആകാം. വെറുതെ വേണ്ട. ശമ്പളം കിട്ടുമ്പോൾ ഒരു വിഹിതം ഇങ്ങട് തന്നാൽ മതി.

ഒരുമിച്ച് ഒരു പോലെ ഇരുവരും പറഞ്ഞ് നിർത്തി.

സുജിത്തിന്റെ മുഖം ഒന്ന് തെളിഞ്ഞു "കൃഷ്ണാ. നീ എന്റെ കൂടെ ഉണ്ടല്ലേ. അമ്മ അഗ്രഹിച്ചത് പോലെ".. ദൈവ നിശ്ചയം.

കതകിൽ മുട്ടിവിളിക്കുന്നത് കേട്ടാണ് എഴുന്നേറ്റത്.

"എന്താ തണുപ്പ് ഉണ്ടായിരുന്നോ? നന്നായി ഉറങ്ങിയോ?" ഇങ്ങടെ നാട്ടിലെക്കാൾ തണുപ്പേറും. മലയല്ലേ, മഴയുടെ കൂടെ അല്പം മഞ്ഞും കൂടും.

നീട്ടിയ കൈകളിൽ ചായക്കോപ്പാ.

രാമേട്ടന്റെ ഭാര്യയാണ് .

"ആദ്യമായി ജോലിക്ക് പോവുല്ലേ. ദാ അല്പം നടന്നാൽ ദേവീടെ അമ്പലം ഉണ്ട്... കുളിച്ച് തൊഴുത് വരൂ, അപ്പോഴെക്കും പ്രാതൽ ഒരുക്കാം". വീണ്ടും ഉരുവിട്ട് ചേച്ചി നീങ്ങി.

ചായ കുടിച്ച് കൊണ്ട് പുറത്തേക്ക് ഇറങ്ങി. മഴ മാറി തെളി വെയിൽ. രാമേട്ടൻ അങ്ങ് തൊടിയിൽ എന്തോ ചെയ്യുന്നുണ്ട്. റബർ മരങ്ങൾക്കിടയിലെ വെയിൽ ഒളിച്ച് കളിക്കുന്ന പോലെ തോന്നി...

പൂമുഖത്ത് കിടന്ന പത്രം ഒന്ന് ഓടിച്ച് വായിച്ചു. തിരികെ മുറിയിൽ കയറി. തലേ ദിവസം എടുത്ത് വച്ച ഫയൽ ഒരിക്കൽ കൂടി നോക്കി. വേണ്ടതെല്ലാം മുറപ്രകാരം ഉണ്ട്. തലയിൽ അല്പം എണ്ണ തേച്ചു. അമ്മ പ്രത്യേകം തന്ന് വിട്ടതാണ്. തുളസിയും ചെറിയ ഉള്ളിയുമിട്ട് മുറുക്കിയ കാച്ചെണ്ണ. പല്ല് തേച്ച് പുറത്ത് നടക്കുമ്പോൾ രാമേട്ടനും എത്തി.

"പുഴയിൽ കുളിച്ച് പരിചയം ഉണ്ടോ?"

"ഓ. കുട്ടനാടൻക്കാരോട് എന്ത് ചോദിക്കാനല്ലേ?"

അല്പം നടന്നാൽ പുഴയിൽ കുളിച്ച് വരാം. ഞാനും കൂടാം. മഴക്കാലമായതിനാൽ മുങ്ങി കുളിക്കാം. അല്ലെങ്കിൽ തരിശാ. രാമേട്ടൻ പറഞ്ഞ് നിർത്തി.

തോർത്തും സോപ്പുമെടുത്ത് പിന്നാലെ കൂടി. രാമേട്ടനു മൊത്ത് മുങ്ങി കുളിച്ച് നേരെ ദേവിയുടെ അമ്പലത്തിലേക്ക് ....

ഒരു ചെറിയ അമ്പലം. നാലമ്പലത്തിലേക്ക് കയറുന്നതിനിടെ രാമേട്ടൻ ചോദിച്ചു...

"ചില്ലറ കരുതിയിട്ടുണ്ടോ?"

"കാണിക്ക ഇട്ട് തൊഴുക. ദാണ് ഏറ്റവും ഉത്തമം".

മറക്കാതെ കരുതിയിരുന്ന രണ്ട് തുട്ടുകൾ.. രാമേട്ടനെ കാട്ടി.

ആൾടെ മുഖം തെളിഞ്ഞു .

"മനസ്സ് തുറന്ന് പ്രാർത്ഥിച്ചു. കാണിക്ക ഇട്ട് മനം ഉരുകി. നല്ലത് വരുത്തണേ".

"ഏതാ ഈ കുട്ടി?"

പ്രായമേറിയ പൂജാരി ചോദിച്ചു.

പുതിതായി വന്ന ആളാ. ആരോഗ്യ വകുപ്പിൽ നിയമനം: പഴയ കുട്ടനാടൻ പരിചയം. രാമേട്ടൻ പറഞ്ഞു നിർത്തി.

തിരികെ നാലുകെട്ടിൽ എത്തിയപ്പോൾ ചേച്ചി കാത്ത് നിൽപ്പുന്നുണ്ടായിരുന്നു. പ്രാതൽ എടുത്ത് വച്ചിട്ടുണ്ട്, കഴിച്ച് തയ്യാറായിക്കോളു.

ആദ്യ ദിവസം അല്ലേ? നേരത്തെ എത്തുക...

പ്രാതലിന് രമേട്ടനും കൂടി.

ഇഡ്ഡലിയാണ്. ചമ്മന്തിയും മുളകും. മുളക് കടുക് വറത്തിട്ടുണ്ട്. അമ്മയും അങ്ങനെ ചെയ്യുന്നതോർത്തു. എന്തായാലും കൈപുണ്യം അമ്മയുടെതുപോലെതന്നെ ....

കണ്ണാടിയിൽ രണ്ട് വട്ടം നോക്കി. ഇസ്തിരിയിട്ടത് അല്പം ചുളുങ്ങിയിട്ടുണ്ട് .. സാരമില്ല ... നെറ്റിയിലെ ചന്ദനക്കുറി അവിടെ തന്നെയുണ്ട്. അച്ഛൻ പഠിപ്പിച്ച ശീലം.

മനസ്സിൽ ധ്യാനിച്ച് രാമേട്ടനോട് യാത്ര പറയുമ്പോൾ ചേച്ചി ഒരു പൊതി നീട്ടി.

"ദാ ഉച്ചഭക്ഷണം. വാഴയിലയിൽ പൊതിഞ്ഞതാണ്"... "കായ് മെഴുക്ക് പുരട്ടിയും മുളകോഷ്യം ആണ്".

"ഇഷ്ടപ്പെടുമോ ആവോ?"

"വീട്ടിലും ഇത് ശീലമാണ്. ഞാനും സസ്യാഹാരം മാത്രമേ കഴിക്കൂ." സുജിത്ത് മറുപടി പറഞ്ഞു...

കനാലിനരികിലൂടെ നടന്നകന്നു. മെയിൻ റോഡ് താണ്ടി പഞ്ചായത്താഫീസും കടന്ന് മുന്നോട്ട് നീങ്ങി. പ്രാഥമിക ആരോഗ്യകേന്ദ്രം ബോർഡ് കണ്ടു. അന്വേഷിച്ചപ്പോൾ പുറകിലാണ് ആഫീസ് എന്ന് തിരിച്ചറിഞ്ഞു...

മുൻവശത്തെ പെട്ടിക്കടയിൽ അന്വേഷിച്ചു.

ഒരു പത്തരയോടെ തുറക്കും. അതാ പതിവ്. ആകെ രണ്ട് പേരല്ലേ ഉള്ളു. അങ്ങ് ദൂരെ നിന്നാ വരിക. അരാണാവോ? പെട്ടിക്കടയിലെ ചേട്ടന്റെ മറു ചോദ്യം.

പുതുതായി ജോയിൻ ചെയ്യാൻ വന്നതാ.!

ഓ. ങ്ങള് ആണല്ലേ? ആ പെൺകുട്ടിടെ പകരക്കാരൻ. എവിടന്നാ.

ചമ്പക്കുളം. കുട്ടനാട് കേട്ടിട്ടുണ്ടോ? അവിടുന്നാ.

“ഓ നമ്മുടെ വള്ളം കളീന്റെ”. നാട് അല്ലേ? അടുത്ത മാസം അല്ലേ നെഹ്രുട്രോഫി? കുറച്ച് ദിവസം അല്ലേ ഉള്ളൂ. പെട്ടിക്കടയുടെ സൗഹൃദം വീണ്ടും.

“ഇനി കുറച്ച് നാള് നമ്മുടെ കൂടെ അല്ലേ? ചായ ഞാനാണ് തരുന്നത്”. അല്ല താമസം എവിടെയാ?

ആധാരം എഴുതുന്ന....., പറയേണ്ടി വന്നില്ല.

നമ്മുടെ രാമേട്ടന്റെ കൂടെ. ഇനി എന്താ നോക്കാൻ. സന്തോഷം ആയിക്കൊള്ളിൻ.

പെട്ടിക്കട ഉൾപ്പടെ കുലുങ്ങുന്ന മൂപ്പരുടെ ചിരി.

ദാ സൂപ്രണ്ട് അങ്ങോട്ട് പോകുന്നു. പുറകെ പൊയ്ക്കോളു...

കറുത്ത ബാഗുമേന്തി ആഫീസ് തുറക്കുന്ന തന്റെ മേലുദ്യോഗസ്ഥനെ സുജിത്ത് തിരിച്ചറിഞ്ഞു.

സൂപ്രണ്ട് കസേരയിൽ ഇരുന്ന് ഫയലുകൾ തുറക്കും വരെ ജനാലയിലൂടെ നോക്കി നിന്നു. അദ്ദേഹത്തിനു എതിർ വശം രണ്ട് മേശകൾ. ഫയലുകളും ധാരാളം.

വാതിൽക്കലേക്ക് നീങ്ങി നിന്നു.

അത് അദ്ദേഹം ശ്രദ്ധിച്ചു .

എന്ത് വേണം ?

“സർ. ഞാൻ സുജിത്ത്”.

വരൂ, വരൂ. പുതുതായി ജോയിൻ ചെയ്യുവാൻ അല്ലേ... സൂപ്രണ്ടിന്റെ മുഖം തെളിഞ്ഞു .

ഇരിക്കൂ. മുന്നിലെ കസേരയിൽ എത്തി.

വിശേഷങ്ങളും താമസവും എല്ലാം തിരക്കി...

എവിടെ ജോയിൻ ലെറ്റർ.

ഫയൽ സഹിതം നീട്ടി.

വേണ്ട. ലെറ്റർ മാത്രം മതി. പകർപ്പുകൾ എല്ലാം പുറകെ നോക്കാം. വാങ്ങാം.

അദ്ദേഹം ഒരു ഫോം എടുത്ത് നീട്ടി.

ഇത് കൃത്യമായി പൂരിപ്പിക്കുക.

“സർക്കാർ സേവനത്തിലേക്ക് ഹാർദ്ദമായ സ്വാഗതം”.

എന്തെന്നറിയാത്ത ഒരനുഭൂതി പകരുന്ന പോലെ.

മൂന്നാഴ്ച കൂടിയേ ഉള്ളു ഓണത്തിന്ന്.. പണിയൊക്കെ ചോദിച്ച് മനസ്സിലാക്കണം, പഠിക്കണം.

സ്റ്റെല്ല ഇപ്പോൾ വരും. ഇവിടുത്തെ സീനിയർ ക്ലാർക്ക്. മൂന്നാഴ്ചക്കുള്ളിൽ റിലീവ് ചെയ്യണം. ഇനി താനും ഞാനും മാത്രമാകും. റിട്ടയർ ചെയ്ത ആൾക്ക് പകരം ആരേയും പ്രതീ

ക്ഷിക്കേണ്ട. സൂപ്രണ്ട് എല്ലാം വിശദമായി പറഞ്ഞു.

അടുത്ത മേശയിൽ ഇരുന്ന് ഫോം പുരിപ്പിക്കാൻ തുടങ്ങി. ഉള്ളം കൈ വിയർക്കുന്ന പോലെ .

ഓരോന്നും രണ്ട് വട്ടം വായിച്ച് നോക്കി. ഇടക്ക് ആരോ പുറകിൽ വന്ന് നിന്നത് പോലെ ...

തിരിഞ്ഞ് നോക്കി.

കണ്ണടകൾക്കിടയിലെ കണ്ണുകൾ എന്നെ തിരിച്ചറിഞ്ഞതായി കാണുന്നു..

"ഞാൻ സ്റ്റെല്ലാ. സ്റ്റെല്ലാ ക്ലാരൻസ്".

കുട്ടനാടൻ എഴുതി തീർത്തിട്ട്, ദാ ആ ടേബിളിലേക്ക് പോരൂ... ഞാൻ അവിടുണ്ടാകും.

ചിരിച്ച് കൊണ്ടവൾ നീങ്ങി.

"ടൈപ്പിംഗ് അറിയമല്ലോ?"

ദാ ഇത് തന്നെ ആകട്ടെ.

"തെറ്റിയാൽ ചെവിക്ക് പിടിക്കുമേ".

സ്റ്റെല്ലയുടെ കൈയ്യിൽ നിന്ന് പേപ്പർ വാങ്ങുമ്പോൾ കൈ ഒന്ന് വിറച്ചു. ടൈപ്പ് ചെയ്തു തുടങ്ങുമ്പോളും. അക്ഷരങ്ങൾ സൂക്ഷ്മതയോടെ പെറുക്കി നിരത്തി തുടങ്ങി.

ദാ അവൾ പിന്നെയും പുറകിൽ.

"വള്ളം തുഴയണ പോലെ ആകട്ടെടാ, കുട്ടനാടാ".

പിന്നെയൊരു കുലുങ്ങിച്ചിരിയും.

ഒരു വിധത്തിൽ ടൈപ്പ് ചെയ്തു തീർത്തു. കൊള്ളാമല്ലോ? ദാ നോക്ക്. ഈ ആഫീസ് നിന്റെ തലയിലാണ് കേട്ടോ. കാര്യമായൊന്നുമില്ല. വല്ലപ്പോഴും ചില ഫയലുകളും അന്വേഷണങ്ങളും...

ഇവിടെ സുഖമാണെടാ.

അവൾ പറഞ്ഞ് കൊണ്ടിരുന്നു.

പണിയില്ല എന്ന പേരിൽ ഒരു തസ്തികയും വെട്ടിക്കുറച്ചു. ദാ നോക്ക്. ആ മനുഷ്യനില്ലേ.

സൂപ്രണ്ടിനേ ചൂണ്ടിക്കാട്ടി.

നല്ലൊരു സാറാ. പകുതി പണി ആള് ചെയ്ത് തീർക്കും. പിന്നെ എന്റെ നിവൃത്തികേട് കൊണ്ടാ ഞാൻ പോകുന്നത്. സ്റ്റെല്ല പറഞ്ഞുകൊണ്ടേയിരുന്നു. അവളുടെ മുന്നിൽ കുനിഞ്ഞ് ഇരുന്ന് കേട്ട് കൊണ്ടേ ഇരുന്നു.

"നീ എന്താടാ നേരെ നോക്കാത്തത്. നിന്റെ നാട്ടിൽ പെണ്ണുങ്ങളില്ലേ?"

"സുജിത്ത് ഞെട്ടിപ്പോയി. ഇതെന്ത് വിചിത്രം. ഇവളെന്താ

ഇങ്ങനെയൊക്കെ?"

ചെക്കാ നീ ഉച്ചഭക്ഷണം എങ്ങനെയാ?

ചുമലിൽ തട്ടി സ്റ്റെല്ലാ ചോദിച്ചപ്പോൾ!

പൊതിച്ചോറ് ചൂണ്ടിക്കാട്ടി.

എടുത്തോണ്ട് വാ. നമുക്ക് ആ ഡ്യൂട്ടിയും തീർക്കാം.

തൊട്ടടുത്ത മുറിയിലേക്കു നീങ്ങുമ്പോളും അവൾ ചിരിക്കുന്നുണ്ടായിരുന്നു.

ഇതെന്താണാവേ. ഇവൾ എപ്പോഴും സന്തോഷവതിയാണല്ലോ? എന്ന കണക്കെ സജിത്തും ...

പൊതിച്ചോറ് തുറക്കുന്നതിനടയിൽ അവൾ വീണ്ടും.

"നായര് കുട്ട്യാണല്ലേ?"

ഇത് എവിടെ നിന്ന് സംഘടിപ്പിച്ചു.

രാമേട്ടന്റെ കാര്യം അവൻ സൂചിപ്പിച്ചു.

"ഓ ഇനി എന്നാ നോക്കാനാ. അങ്ങേരൊട് ഒരു പെണ്ണിനെ നോക്കി തരാൻ പറയൂ".... പെണ്ണും കെട്ടി അമ്മയുമായി ഇവിടങ്ങനെ സ്ഥിരം ആകുക.

വന്ന് കയറിയില്ല. അതിന് മുന്നെ. എന്ന കണക്കെ.

അവൻ അദ്യമായ് തുറിച്ച് നോക്കി.

"എന്നാടാ. തുറിച്ച് നോക്കണേ?"

"എന്നെ നിനക്കിഷ്ടപ്പെട്ടോ?"

അവൻ വീണ്ടും ഞെട്ടി.

കഴിച്ച ഉരുള എവിടെയോ തങ്ങിയ പോലെ.

അവൾ കണ്ണിറുക്കി. വീണ്ടും പറഞ്ഞു.

"രണ്ട് കുട്ടികളുടെ അമ്മയാടാ ഞാൻ. രണ്ട് ചിമിഴുകൾ. കണ്ടാ തോന്നത്തില്ല. അല്ലേ?"

പറയുന്നതിനടയിലും അവൾ പൊട്ടിച്ചിരിക്കുന്നു.

"കെട്ടിയതിന്റെ ദുരിതം ആണെടാ കുട്ടനാടാ".... എന്റെ ജീവിതം. ഞാൻ രക്ഷപെടുകയാണ് ഇവിടുന്ന്. അവളുടെ മുഖം മങ്ങി. അയാൾ എന്നെ കൊല്ലാതെ കൊല്ലുകയാണ്. ആ വൃത്തികെട്ടവൻ.

സുജിത്ത് മുഖം ഉയർത്തിയില്ല .

"എന്റെ കെട്ടിയോന്റെ കാര്യമാടാ". അവൾ വീണ്ടും... "ചുമ്മ! പറഞ്ഞതാണേ".

അവൾ പാത്രങ്ങളുമായ് നീങ്ങി. അല്പനേരം പെട്ടിക്കടക്കാരനുമായി കുശലം പറഞ്ഞ് വീണ്ടും ഫയലുകൾക്ക് മുന്നിൽ ...

"ആ പെൺകുട്ടിയെ പരിചയപ്പെട്ടോ? ആ കുട്ടിക്ക് ട്രാൻസ്ഫർ ആയി എന്ന് കേട്ടു. പെട്ടിക്കടക്കാരൻ" ചോദിച്ചി

രുന്നു.

തൊട്ടടുത്ത മേശയിൽ കൈകൾ ചേർത്ത് വച്ച് അവൾ മയക്കത്തിലാണ് ....

നീണ്ട ഇടതൂർന്ന മുടി അലക്ഷ്യമായി മുന്നോട്ട് വീണ് കിടക്കുന്നു .. മുഖം കൈകൾക്കിടയിൽ ഒളിപ്പിച്ചു..

വെറുതെ സൂപ്രണ്ടിനെ നോക്കി.

അദ്ദേഹത്തിന്റെ കണ്ണുകൾ കാര്യം പറഞ്ഞു. ഇത് പതിവാണെന്നും. കാര്യമാക്കേണ്ടന്നും.

ഫയലുകൾ വെറുതെ മറിച്ച് നോക്കി.

നല്ല കൈപ്പടകൾ. സ്റ്റെല്ലയുടേതാകാം. അവളെപ്പോലെ മനോഹരം.

മൂന്ന് മണിയോടെ അവൾ ബാഗും തൂക്കി അടുത്തെത്തി.

"നീ അമ്മയെ വിളിച്ചിരുന്നോ".

"ഇല്ല. വീടിനടുത്താർക്കും ടെലിഫോൺ സൗകര്യമില്ല". സുജിത്ത് മറുപടി നല്കി.

എങ്കിൽ ലെറ്റർ എഴുതുക. എന്റെ അന്വേഷണം പറയുക. അടുത്ത വീട്ടിലെ അന്നാമ്മ ചേച്ചിയെ എന്റെ ചിമിഴുകളേ ഏല്പിച്ചിട്ടാ എന്റെ വരവ്.

"പൊയ്ക്കോട്ടെ. കുട്ടനാടാ".

അവൾ ചിരിച്ച് കൊണ്ടകന്നു. കൈയും വീശി.

ആദ്യ ദിവസം തന്നെ കിട്ടിയ കഥാപാത്രത്തെ ഓർത്തങ്ങനെ കുറച്ച് നേരം. തലേദിവസം അമ്മയ്ക്ക് എഴുതിയ ലെറ്റർ വഴിയരികിലെ പോസ്റ്റ് ബോക്സിൽ നിക്ഷേപിച്ച് പെട്ടിക്കടയുടെ മുന്നിലെത്തി.

"രണ്ടാം ദിവസം അല്ലേ?"

"ഇനി അങ്ങട് ദിവസങ്ങൾ പോണതറിയില്ല. ചിങ്ങം പിറക്കുമ്പോളേക്കും ടൗണിൽ തിരക്കാകും. ഇങ്ങടെ സമയവും പോകും".

പെട്ടിക്കടയിൽ നിന്ന് കേട്ട് കൊണ്ടേയിരുന്നു.

സുപ്രണ്ടിനോടൊപ്പം ആഫീസിൽ കയറുമ്പോൾ സമയം പത്തരയായിട്ടുണ്ടാകും...

സ്റ്റെല്ല എത്തിയത് വളരെ താമസിച്ചാണ്.

സുപ്രണ്ടിനെ മുഖം കാണിച്ച് ബാഗ് അലക്ഷ്യമായി എറിഞ്ഞ് ഒറ്റയിരിപ്പ് ...

"ഇന്നലത്തെ ആളല്ലല്ലോ?"

എന്താ ചോദിക്കുക?

അവൻ ചിന്തിച്ചു .

അടുത്തേക്ക് ചെന്നു.

"ഞാൻ എന്ത് ചെയ്യണം മാഡം".

നീ എന്ത് ചെയ്യാൻ? അയാൾ ഇന്നലെയും വന്നില്ലാ. മൂന്ന് ദിവസമായി. കൈയ്യിലെ പണം തീരുമ്പോൾ ഇനി കറങ്ങി തിരിഞ്ഞെത്തും ... അവൾ പറഞ്ഞ് കൊണ്ടേയിരുന്നു.

"ആൾക്ക് എന്താ ജോലി? അവൻ ചോദിച്ചു.

എന്തോന്ന്.? അർദ്ധരാത്രി വരെ ചീട്ട് കളി. ആവശ്യത്തിന് മോന്ത് ... പേരിനു ബിസിനസ്സുക്കാരൻ ... രണ്ട് കുഞ്ഞുങ്ങളുണ്ട് എന്ന ചിന്തയില്ല".

"ഇനി വന്നാലോ?"

എന്താ സ്നേഹം. അയാൾക്ക് വേണ്ടത് നിറവേറ്റാൻ. വെറും ഒരു ഉപഭോഗവസ്തു. അത് പോട്ടെ. നിന്റെ ചന്ദനക്കുറി അസ്സലായിട്ടുണ്ട്.

അവൾ പിന്നെയും ചിരിച്ചു.

മൂന്ന് ദിവസമായി സ്റ്റെല്ലാ ആഫീസിൽ വന്നിട്ട്. ഇത് പതിവാ. വർഷം പകുതിയാകുമ്പോഴെക്കും ലീവ് തീർന്നിരിക്കുന്നു. എന്തൊക്കെയോ പ്രശ്നങ്ങളുണ്ട്.

സൂപ്രണ്ട് തന്നോടായി പറഞ്ഞു.

പതിനൊന്നോടെ ദാ ആൾ എത്തിയിരിക്കുന്നു...

"എന്തുണ്ട് കുട്ടാ?"

എന്ത് പറയാൻ മാഡം.

"മാഡം എവിടെ പോയി?"

സുജിത്തിന് മറുപടിയായി അവളുടെ മുത്തുമാല കാട്ടിക്കൊടുത്തു..

"ദാ. ഇത് വാങ്ങാൻ" പിന്നെ ഒരു ചിരിയും.

ആശ്ചര്യത്തോടെ അവളെ നോക്കി.

"മൂന്ന് ദിവസം അടിച്ച് പൊളിച്ചെടാ".

എന്റെ കെട്ട്യോൻ വന്നു. എന്താ രസമായിരുന്നു. വന്നപാടെ കുട്ട്യോളെ കളിപ്പിക്കലും മുത്തം വയ്ക്കലും. ഇടക്ക് എനിക്കും. അവൾ തുടർന്നോണ്ടിരുന്നു. തലയിൽ കൈവച്ച് അയാൾ സത്യം ചെയ്തു.

ഇനി ഒരിടത്തേക്കും ഇല്ല. നിനക്കും കുട്ടികൾക്കും ഒപ്പം.

"കേൾക്കാൻ സുഖം തോന്നുന്നു മാഡം. സന്തോഷമായല്ലേ?" അവൻ പറഞ്ഞു.

"ഓ സുഖം ഉണ്ടല്ലേ?" കേൾക്കാൻ. എന്നാ കേട്ടോള്ളു.

രാവിലെ കുളിച്ച് പുറത്ത് വരുമ്പോൾ. ആളെ കാണുന്നില്ല. കൂട്ടത്തിൽ എന്റെ മിന്നും മാലയും. പോരെ. എനിക്കിതാണല്ലേ

ചേരുന്നത്.

മുത്തുമാല കാട്ടി അവൾ അവനോട് ചോദിച്ചു.

ഇനി എന്നാ പൊങ്ങുക. ആർക്കറിയാം.

ഒരു ദിവസം അവൾ വൈകിയാണിറങ്ങിയത്... ബസ് സ്റ്റോപ്പിലേക്ക് തന്നെയും കൂട്ടി നടന്നു.

"നീ ഓണത്തിനു പോകുന്നില്ലേ? ഇനി ഒരാഴ്ചയല്ലേ ഉള്ളൂ".

ഇല്ല. അവൻ മറുപടി നല്കി. രണ്ട് വട്ടം അമ്മാവൻ പറഞ്ഞത് ഓർത്തു.

കിട്ടുന്നതെല്ലാം യാത്രക്ക് കൊടുത്ത് തീർക്കേണ്ട. ഓടി ഇങ്ങോട്ട് വരേണ്ട. ഇവിടുത്തെ കാര്യങ്ങൾ മുറപോലെ നടക്കും. അല്ലെങ്കിലോ? കൈയ്യിൽ കാശും ഇല്ല.

"എന്താടാ മൗനം".

"നാട്ടിൽ എത്തിയോടാ?"

അവൾ വീണ്ടും.

"ഏയ്. ഇത്തവണ പോകുന്നില്ല". സുജിത്ത് മറുപടി നൽകി.

അടുത്ത ആഴ്ച ഞാൻ കെട്ട് കെട്ടും. അപ്പച്ചൻ നാളെ വരും.

"എങ്ങോട്ടേയക്കാ?" അവൻ വീണ്ടും.

"എന്റെ നാട്. അങ്ങ് കണ്ണൂര്". ഇരിട്ടി എന്ന് കേട്ടിട്ടുണ്ടോ? അങ്ങോട്ടാ.

അവൾ വീണ്ടും. തിരുവിതാംകൂറിൽ നിന്ന് കുടിയേറിയവരാ. അവൾ അവന്റെ മുഖത്ത് നോക്കി.

കെട്ട്യോന്റെ കാര്യം.... അതല്ലേ നിന്റെ മനസ്സിൽ, അയാൾ കറങ്ങി തിരിഞ്ഞെത്തിക്കൊള്ളും. കൈയ്യിലെ പണം തീരുമ്പോൾ .

അവൾ ഉരുവിട്ടു.

"നീ എന്റെ കഥ കേൾക്കാൻ വന്നതാണല്ലേ?"

കുട്ടനാടൻ കുട്ടാ. അവൾ വീണ്ടും ചിരിക്കുന്നു.

മറ്റൊരു ദിവസം അവൾ ചോദിച്ചു?

"എടാ കുട്ടാ നീ പ്രണയിച്ചിട്ടുണ്ടോ?"

സുജിത്ത് തരിച്ച് പോയി.

പഠിക്കുന്ന കാലത്ത് പെൺകുട്ടികളോട് ഒന്ന് മിണ്ടാൻ പോലും പേടിയായിരുന്നു ... പിന്നാ പ്രണയം...

ഇല്ല മാഡം. അവൻ പറഞ്ഞു.

എന്തോന്നടാ? എനിക്ക് ഒരു പ്രണയമുണ്ടായിരുന്നു. നിന്നെ പോലെ ഒരു സുന്ദര ചെക്കൻ. ഈ ചന്ദനക്കുറികാണുമ്പോൾ എനിക്കവനെയാ ഓർമ്മ വരുന്നത് .

എന്തായിരുന്നു അവന്റെ പ്രേമം.

കാത്തുനിൽപ്പുപുരയിൽ എന്നെയും നോക്കി ഒരു നിൽപ്പാണ്.. നല്ല പുളിയിലക്കര മുണ്ടും ചന്ദനക്കുറിയും തൊട്ട് നിന്നെപ്പോലൊരുത്തൻ... പലവട്ടം ഞാൻ പറഞ്ഞു. ഇത് ശരിയാകില്ല എന്ന്. ചെക്കൻ സമ്മതിക്കേണ്ടെ. എത്ര പ്രേമലേഖനങ്ങൾ. എന്റെ കണ്ണിൽ അവൻ കലമാനെ കണ്ടു. എന്റെ മുടിയിഴകൾ പനംകുല കണക്കെ എന്നവൻ വർണ്ണിച്ചു. എന്ന് വേണ്ട. മൂക്കിൻ തുമ്പത്തെ വിയർപ്പ് കണങ്ങൾ വൈഡൂര്യം ആണെന്നവൻ സമർത്ഥിച്ചു.

"ഞാൻ വീണ് പോയെടാ കുട്ടനാടാ".

പറയുമ്പോളൊക്കെ അവൾ ചിരിച്ച് കുഴയുകയായിരുന്നു. മാർക്ക് ലിസ്റ്റ് വാങ്ങി മടങ്ങുന്ന ദിവസം. അവൻ എന്റെ കൈതലങ്ങളിൽ ഒരു മയിൽപ്പീലി വരച്ചു. തണൽ മരങ്ങൾക്കിടയിലൂടെ ആദ്യമായ് കൈകോർത്ത് നടന്നു. "സ്റ്റെല്ലാ. ഞാൻ ഉപരിപഠനം കഴിഞ്ഞെത്തും. നീ കാത്തിരിക്കണം".

"എന്നിട്ട്". ഇടയ്ക്ക് കയറി സുജിത്ത് ചോദിച്ചു?

എന്താകാൻ. അവന്റെ പൊടിപോലും കണ്ടില്ല. വരും എന്ന പ്രതീക്ഷയോടെ ഞാനും. ഒടുവിലിതാ മൂവാറ്റുപുഴക്കാരൻ അച്ചായന്റെ കൂടെ ഇവിടെയെത്തി. കുരിശ് ചുമക്കാൻ.

സ്റ്റെല്ലയ്ക്ക് യാത്രയയപ്പായി കരുതേണ്ട. എങ്കിലും നാളെ ഉച്ചഭക്ഷണം ഒരുമിച്ചാകാം. തലേദിവസം ആഫീസ് വിട്ടിറങ്ങുന്നതിനു മുൻപെ സൂപ്രണ്ട് സൂചിപ്പിച്ചത് ഓർത്തു.

ഇന്ന് പൊതിച്ചോറ് കരുതിയില്ല.

ആഫീസിലേക്ക് നടക്കുമ്പോൾ സ്റ്റെല്ലയെ കുറിച്ചോർത്തു. വന്ന ദിവസം മുതൽ ഓരോ കഥകളും വിശേഷങ്ങളും കേൾപ്പിച്ച് സമയം പോയതറിഞ്ഞില്ല.

പെട്ടിക്കടക്കാരനോട് കുശലം പറയുന്നതിനിടയിൽ ആഫീസ് തുറന്നിട്ടുണ്ടായിരുന്നു. അകത്ത് കടക്കുമ്പോൾ ആശ്ചര്യം തോന്നി. പതിവില്ലാതവൾ നേരത്തെ എത്തിയിരിക്കുന്നു. കസവ് സെറ്റും മുല്ലപ്പൂവും ചൂടി അണിഞ്ഞൊരുങ്ങി .

"എന്തടാ. നോക്കണെ?"

"സ്റ്റൈലായിട്ടുണ്ടോ?" അവൾ ചോദിച്ചു.

ചെറുചിരിയുമായി സൂജിത്ത് തലയാട്ടി.

ഒരു ദിവസമെങ്കിലും നേരത്തെ എത്തണം: അണിഞ്ഞൊരുങ്ങി ആഫീസിൽ എത്തണം. ആഗ്രഹിച്ചു. അത് ഇന്നാകട്ടെ എന്ന് കരുതി. ഇന്നാകുമ്പോൾ മാർക്കിടാൻ നീയുണ്ടല്ലോ?

അവൾ പറഞ്ഞ് കൊണ്ടേയിരുന്നു.

അവൻ ചൂളിപ്പോയി.

“ഇവളെന്താ ഇങ്ങനെ”.

“ദാ നോക്ക്. ഉച്ചയൂണ് കഴിഞ്ഞ് എന്റെ കൂടെ നീ വരണം”. ബ്രോഡ് വേയിൽ നിന്ന് കുട്ടികൾക്ക് കുറച്ച് തുണിത്തരങ്ങൾ.. പിന്നെ അപ്പച്ചനും അമ്മച്ചിയ്ക്കും കറങ്ങിയിട്ട് വരാം. കുട്ടാ.

അവൾ പറഞ്ഞ് കൊണ്ടേ ഇരുന്നു .

“വരൂല്ലേ?”

ആ ചോദ്യത്തിനു അവൻ തലയാട്ടി. മനസ്സില്ലാ മനസ്സോടെ. ഉച്ചയ്ക്ക് ശേഷം ഇറങ്ങി.

ബസ്സ് സ്റ്റോപ്പിൽ നില്ക്കവെ അവൾ പറഞ്ഞു.

“നീ എന്താ നീങ്ങി നിക്കണേ?”

“അടുത്ത് നില്ക്കു.”

“നാണം ആകുന്നോ?”

വീണ്ടും ചിരിയും അതിനൊത്ത സംസാരവും...

ബസ്സിൽ പുറകിൽ നിന്ന അവനെ മുന്നോട്ട് മാടി വിളിച്ച് അരികിലിരുത്തി...

എന്തൊക്കെയോ അവൾ പറയുന്നു.

അവൻ കാഴ്ചകളുടെ ലോകത്തും.

ഇടയ്ക്ക് തോളിലേക്ക് അവൾ തല ചായ്ചു. മയങ്ങി.

അവൻ അനങ്ങിയില്ല. മയങ്ങിക്കോട്ടെ.

കാറ്റ് അവളുടെ മുടിയഴകളെ മുഖത്തോട് ചേർത്ത് നിർത്തി.

അവൻ അസ്വസ്ഥനായി.

അദ്യമായ് ഇങ്ങനെയൊരു അനുഭവം.

മുഖത്തെ പരിഭ്രാന്തി സഹയാത്രികർ കാണുന്നുവോ ആവോ? എം ജി റോഡ് എത്തിയപ്പോഴെക്കും അവൾ ഉണർന്നിരുന്നു.

“അയ്യേ. ഞാൻ നിന്റെ തോളിലാ ഉറങ്ങിയത്?”

വീണ്ടും ചിരിയും ചോദ്യവും .

ബ്രോഡ് വേയിലും മറ്റിടങ്ങളിലും നിന്നവൾ എന്തൊക്കെയോ വാങ്ങിക്കൂട്ടി. അവൻ കാഴ്ചക്കാരനായും. ഇടക്ക് കോഫീ ഹൗസിൽ കയറി ഒരു ചായയും വടയും. അവിടെ വച്ച് അവൾ ഒരു ചെറിയ പായ്ക്കറ്റ് അവനായി നീട്ടി. ഇത് നിനക്കിരിക്കട്ടെ.

ഒരു പാർക്കർ പെൻ. നിനക്കെഴുതാൻ .

“എനിക്കൊന്നും എഴുതി അയക്കരുതേ”. കുറെ എഴുത്ത് ഞാൻ കണ്ടതാ.

ചിരിച്ച് കൊണ്ടവൾ പറഞ്ഞു.

തിരികെ മടങ്ങുമ്പോൾ . അവൾ പറഞ്ഞു.

സത്യത്തിൽ എന്റെ കൈയ്യിലും കുറെ തെറ്റുകളുണ്ട് കുട്ടാ. ഒറ്റയ്ക്ക് വളർന്നതിന്റെ.

അവൻ കേട്ടിരുന്നു.

ഇടക്ക് അവൻ ചോദിച്ചു.

ആള് വീട്ടിലുണ്ടോ?

ഏയ്. അപ്പച്ചൻ വരും എന്നറിയാമായിരുന്നു. ഇന്ന് രാവിലെ വരെ കണ്ടില്ല. വരുമായിരിക്കും.

ഒരല്പം മൗനത്തിന് ശേഷം അവൾ തുടർന്നു .

എന്റെ ഭാഗത്ത് നിന്നും കുറച്ച് വിട്ട് വീഴ്ചകൾ ആകാമായിരുന്നു. എന്റെ വാശിയാകാം അച്ചായനെ ഈ നിലയിൽ ആക്കിയത്. അല്ലേടാ?

അവൻ ഒന്ന് മൂളി. "ശരിയാണ്".

"എന്റെ കഥകൾ കേൾക്കാനും എന്നെ ചിന്തിപ്പിക്കാനുമായി നീ എത്തി. എന്റെ അനുജനായി. അല്ലേ?"

ബാഗിൽ ഒന്ന് രണ്ട് തുണിത്തരങ്ങൾ എടുത്ത് വച്ചു.

നാളെ മുതൽ നാല് ദിവസം അവധിയാണ്. നാട്ടിൽ പോയി വരാം. ഉച്ചയോടെ സ്റ്റെല്ലയെ റിലീവ് ചെയ്യും. അവളെ യാത്രയാക്കി അത് വഴി നാട്ടിലേക്കും. രാമേട്ടനോട് യാത്ര പറഞ്ഞു .

"അല്ല കുട്ടി പോകുന്നില്ല എന്നല്ലേ പറഞ്ഞത്?" രാമേട്ടൻ ചോദിച്ചു.

അമ്മയെ കാണണം എന്ന് തോന്നി.

നന്നായി... അന്വേഷണം അറിയിക്കുക.

അവന്റെ മനസ്സ് പറഞ്ഞു.

"ശരിയാകില്ല" അവളുടെ ഓർമ്മകളിൽ നിന്ന് രക്ഷപ്പെടണം. ഒരു യാത്ര അതിനുതകും.

ബാഗുമായി ആഫീസിലേക്ക് നീങ്ങി.

റിലീവിങ്ങ് ഓർഡർ ടൈപ്പു ചെയ്യുന്നതിനടയിൽ അവളോട് ചോദിച്ചു?

അച്ചായൻ വന്നോ?

ഏയ്. ഞാനൊരു എഴുത്ത് എഴുതി അന്നാമ്മ ചേച്ചിയെ ഏല്പിച്ചെടാ.

"കേക്കണോ".

അവൻ മൂളി.

"ഇരിട്ടിയിലേക്ക് സ്വാഗതം.

വിട്ട് വീഴ്ചകൾക്ക് ഞാൻ തയ്യാറാണ്.

ഞാൻ കാത്തിരിക്കും. എവിടെ ആയാലും ഞാൻ അച്ചായന്റെ സ്റ്റെല്ലയായി ജീവിക്കും". "പോരെ കുട്ടാ?" അവൾ ചോദിച്ചു.

അവൻ കേട്ടിരുന്നു.

ഒരു അനുജനായ് അവൻ മാറിക്കഴിഞ്ഞിരുന്നു. അവൾക്കൊപ്പം അവനും ഇറങ്ങി.

പോക്ക് വെയിൽ അനുഗമിക്കുന്ന പോലെ അവന് തോന്നി. കൈ വീശി യാത്രയാക്കി വിദൂരത വരെ അവളെ എത്തിച്ചു. കാലം ഇനിയും കഥകൾ കേൾപ്പിക്കും എന്ന കണക്കെ അവനും യാത്രയായ്.

തന്റെനാട്ടിലേക്ക്

സെല്ല്ലോയ്ഡ്

ഓണക്കാലത്തെ ഓർമ്മകൾക്കായ് ഉണ്ണി തിരയുമ്പോൾ ഓളങ്ങൾ കണക്കെ ഓടിയെത്തുന്ന ഒരായിരം ഓർമ്മകൾ പുണരുന്നു. നീളത്തിൽ വരിഞ്ഞ് മുറുക്കി കെട്ടിയ വെള്ള തുണിയിൽ കറുപ്പും വെളുപ്പും നിറം പകരുന്ന കുറെ കഥാപാത്രങ്ങളെ സമ്മാനിച്ച് ഒരു ബ്ലാക്ക് ആൻഡ് വൈറ്റ് സിനിമയുടെ പ്രതീതി പോലെ. കൂട്ടുകുടുംബത്തിലെ അതിരുകളിൽ കണ്ടുമുട്ടുന്ന ബന്ധുക്കളും കുറെ കൂട്ടുകാരും നാട്ടുകാരും മിന്നിമറയുന്ന

രംഗങ്ങൾ സമ്മാനിച്ച്. അയ്യപ്പാ ശരണം.. ശരണമെന്നയ്യപ്പാ... പാട്ട് കേട്ട് തുടങ്ങി ..പടം തുടങ്ങിയാലോ"...

സീൻ ഒന്ന്..

"ഇന്ന് അത്തമാണ്... കുട്ട്യോളെ"...

"കുളിച്ച് തുമ്പക്കുടം കൊണ്ട് ഒരു കളം ഇട്ട് തൃക്കാക്കര യപ്പനെ തൊഴുതോളു". എന്നിട്ട് വെള്ളം കുടിച്ചാൽ മതി. അതാണ് ശാസ്ത്രം.. അമ്മുമ്മയുടെ ശബ്ദം അടുക്കള വാതിൽ നിന്ന് പൂമുഖത്തേക്ക് എത്തിച്ചേർന്നിരിക്കുന്നു.

തലേ ദിവസം മടക്കി വച്ച ജീവശാസ്ത്രത്തിലെ ഭാഗങ്ങൾ ആണ് ഇപ്പോഴും ഉണ്ണിയുടെ തലയിൽ. ഇന്നത്തെ ഓണപ്പരീക്ഷ ജീവ ശാസ്ത്രം തന്നെ. ഈ ഓണത്തിനിടയിലുള്ള പരീക്ഷകൾ ഉണ്ണിക്ക് അത്രയൊട്ട് പിടിക്കുന്നുമില്ല.. കുളത്തിലേക്ക് എടുത്ത് ചാടുമ്പോൾ തലേ ദിവസം തിമിർത്ത് പെയ്ത മഴയുടെ തണുപ്പ് തിരിച്ചറിഞ്ഞു. കുളക്കടവിലെ വാഴയിലയിലെ ലൈഫ് ബോയ് സോപ്പെടുത്ത് തലങ്ങും വിലങ്ങും ഓടിച്ചെന്നാക്കി. മുങ്ങി തോർത്തി തുളസിത്തറക്കരികെ എത്തിയപ്പോൾ സഹോദരിമാർ തൃക്കാക്കരയപ്പനെ കുളത്തിൽ നിന്ന് എടുത്ത മണ്ണിനാൽ സൃഷ്ടിച്ച്, ചുറ്റും തുമ്പക്കുടവും നിരത്തിയിരിക്കുന്നു. ഒക്കത്ത് കൈ കൊടുത്ത് ഒരു നിമിഷം ഉണ്ണിനോക്കി നിന്നു.

"ഇതൊക്കെയെന്ത്?"

"എന്റെ കരവിരുത് ഉത്രാട നാളിൽ കാട്ടിത്തരാം" എന്ന കണക്കെ.

കാപ്പി കുടിച്ച് സ്കൂളിലേക്കുള്ള ഓട്ടത്തിൽ ജീവ ശാസ്ത്രവും ഓണവും മാറി മറിയുന്നു.

സീൻ രണ്ട്

സാമൂഹ്യ പാഠത്തിന്റെ താളുകളിലൂടെ കണ്ണുകൾ നെട്ടോട്ടം ഓടുമ്പോഴാണ് അടുക്കളയിൽ ചിത്തിര വിശേഷങ്ങൾ കേൾ ക്കുന്നത്. ഒപ്പം പുട്ടുകുറ്റിയിൽ നിന്ന് തേങ്ങാ ചീളുകളെയും താണ്ടി പുറത്തേക്ക് കുതിക്കുന്ന ആവി ഉണക്കലരി പുട്ടിന്റെ മണവും പകരുന്നു. ഇനി കടലയാണോ അതോ പഴമാണോ കൂട്ടിനെന്ന് അറിഞ്ഞാൽ മതി.ഇതിനിടെ ഇന്ന് രണ്ട് തരം പൂവിന്റെ മാഹാത്മ്യവും കേൾക്കുന്നു. പാനിപ്പത്ത് യുദ്ധം നടന്ന വർഷം അച്ഛൻ ഇതിനിടയിൽ ചോദിക്കുന്നത് കേട്ടു. എല്ലാം അറിയുന്ന ആൾ കണക്കെ "ക്വിറ്റ് ഇന്ത്യാ എന്നാ നടന്നതെന്ന്" ചേച്ചിയുടെ വകയും.

"ഇതൊക്കെ എന്നോട് എന്തിന് ചോദിക്കുന്നു" എന്ന് കണക്കെ ഉണ്ണിയും. പുസ്തകത്തിന് മുന്നിലായിരുന്നതിനാൽ

കൃത്യമായി ഉണ്ണിക്ക് പറയാൻ സാധിച്ചു.

ആവൂ... സമാധാനമായി.

കുളിച്ച് കിഴക്ക് വശമെത്തുമ്പോൾ തുമ്പക്കുടവും തുളസിയും ചേർത്തൊരു കളം. തൃക്കാക്കരയപ്പൻ അല്പം ഉണങ്ങി ശോഷിച്ചിട്ടുണ്ട്. അത്ര മാത്രം. പുട്ടും കടലയും കഴിക്കുമ്പോൾ പുറം പണിക്കാർ എത്തിയതായി കണ്ടു. ഓണക്കൂമ്പലുകൾ നിരത്താൻ. രണ്ട് ദിവസം അവർ ഉണ്ടാകും. സ്കൂളിലേക്ക് നടക്കുമ്പോഴും ഓണവും വർഷങ്ങളും തമ്മിലുള്ള സംഘർഷം മനസ്സിൽ അലതല്ലുന്നു.

സീൻ മൂന്ന്

കണ്ണ് തിരുമ്മി ഓണകൂമ്പലുകൾക്കിടയിലൂടെ ഉണ്ണി നടന്നു. ചുണ്ട് വിരലുകളിൽ ഉമിക്കരി പതിപ്പിച്ച് പല്ലുകളിൾ തലങ്ങും വിലങ്ങും ഓടിച്ച് കൊണ്ട്. പറമ്പിനാകെ ഉണർവ് വന്നിരിക്കുന്നു. ഇടക്ക് ചെത്തി മിനുക്കിയ ഇടങ്ങളിൽ ഉറുമ്പിൻ കൂടുകളും പ്രത്യക്ഷപ്പെട്ടിരിക്കുന്നു. പുറം പറമ്പ് വൃത്തിയാക്കാൻ ഇനിയും രണ്ട് ദിവസം കൂടി വേണ്ടി വരും. മൂപ്പരുടെ പൊക്കത്തിലുള്ള കൂമ്പലുകൾ ഉണ്ണിക്ക് ഇഷ്ടമായി. ഒന്ന് കയറി നിന്നാലോ. ഇടക്ക് ഉപമയും ഉൽപ്രേക്ഷയും കടന്നു് വന്നു. രാത്രി കാണാതെ പഠിച്ചതാണ്. ഒന്ന് കൂടി ചൊല്ലി നോക്കി. കേകയും മാലിനിയും വഴങ്ങുന്നില്ല. വിട്ട് കളയാം. പണിക്കര് സർ ആണെങ്കിൽ ആ ചോദ്യം വരില്ല.

മൂന്ന് വട്ടത്തിലുള്ള കളം ആണ് മുറ്റത്ത്. ചോതി നാളിൽ അങ്ങനെയാണത്രെ. അടുക്കളയിൽ നെല്ല് പുഴുങ്ങുന്നതും കൊപ്ര ആട്ടിക്കാൻ വാസുവിനെ വിടുന്നതും ചർച്ച കൊഴുക്കുന്നു.

മലയാളം ചോദ്യപേപ്പർ കിട്ടിയപ്പോൾ പണിക്കർ സാറിനെ സ്മരിച്ചു. പക്ഷേ സാർ സ്മരിച്ചില്ല. കൃത്യമായും കേകയും മാലിനിയും പ്രത്യക്ഷപ്പെട്ടു.

“പണി പാളി. ചോതി നാളും”.

സീൻ നാല്

കട്ടൻ കാപ്പി കുടിക്കുന്നതിനിടയിൽ അമ്മയോടായ് ഉണ്ണി പറഞ്ഞു.

“എല്ലാവരും ഓണക്കോടിയെടുത്തു. ബാബുവിന് ടെർലിൻ ഷർട്ടാ എടുത്തേ”..

“എനിക്കും വാങ്ങണം”.

“പരീക്ഷ കഴിയാതെ അച്ഛൻ വാങ്ങി തരുമെന്ന് തോന്നുന്നില്ല. പോയിരിന്ന് രണ്ടക്ഷരം പഠിക്ക്”.

"എന്തെങ്കിലും എഴുതി വച്ചാൽ ഹിന്ദിക്ക് മാർക്ക് കിട്ടും എന്ന ചിന്ത വേണ്ട". "ഓണമൊക്കെ പിന്നെ".. അമ്മ പറഞ്ഞ് നിർത്തി..

പൂമുഖത്തേക്ക് മടങ്ങവെ അച്ഛൻ മുൻകൂർ ജാമ്യം എടുത്തു. "ടെർലിന് ഭയങ്കര ചൂടാണത്രേ". പരുത്തി തന്നെ നല്ലത്.

ടെർലിന്റെ വില തന്നെ കാര്യം എന്ന് ഉണ്ണി മനസ്സിലാക്കി. "ചൂടിനെ എന്തിന് പഴിക്കണം".

വിവിധ വർണ്ണങ്ങൾ ഇടം പിടിക്കുന്ന ദിവസമാണത്രേ വിശാഖം നാൾ. ഇന്ന് ജമന്തിയും ചെത്തിയും എല്ലാം കളം നിറഞ്ഞിട്ടുണ്ട്. തൃക്കാക്കരയപ്പൻ തീരെ ശോഷിച്ചും.

പുഴുങ്ങിയ നെല്ല് പായിൽ രാവിലെ തന്നെ വിരിച്ചിട്ടുണ്ട്. ഇന്ന് ആകാശത്തേക്കായിരിക്കും ഏവരുടെയും നോട്ടം. നോട്ടം തെറ്റിച്ച കാർമേഘ ചിന്തുകൾ അലക്ഷ്യമായ് ഓടി മറയുന്നുണ്ട്. ഇനി ശനിയും ഞായറും. ഹിന്ദിയുടെ കഥ കഴിച്ചാൽ രണ്ട് നാൾ ആശ്വാസം. സ്കൂളിൽ പോകുന്ന വഴി തോട്ടരികിലെ കക്കകൾ നോക്കി വച്ചു. തിരികെ വരുമ്പോൾ കീശയിലാക്കാം

സീൻ അഞ്ച്

അവധി ദിവസമായതിനാൽ വൈകിയാണ് എഴുന്നേറ്റത്. കിഴക്കെ കോലായിൽ ചെന്നിരുന്നു. ചേച്ചിയും അനുജത്തിയും ചേർന്ന് അനിഴം നാൾ പൂക്കളം ഒരുക്കുന്ന തിരക്കിലാണ്. ഇന്ന് തിട്ട മാറ്റിയിട്ടുണ്ട്. ചാണക വെള്ളം തളിച്ചിട്ടുമുണ്ട്. വൃത്തം കൂടിയിട്ടും. തൊടിയിലെ സകലമാന പൂക്കളും ഹാജർ. തൃക്കാക്കരയപ്പന്റെ പരിവേഷവും മാറിയിരിക്കുന്നു. ആരോഗ്യവാൻ.

അല്പം ചരിഞ്ഞിട്ടുണ്ട് എന്ന് പതുക്കെ പറഞ്ഞ് നോക്കി.

"പോടാ ചെക്കാ. രാവിലെ കുറ്റം പറയാൻ വന്നിരിക്കുന്നു. ഒരു പൂവ് എങ്കിലും നീ പറിച്ചോ"..

ചേച്ചിയുടെ പ്രത്യാക്രമണം. സ്ഥലം കാലിയാക്കാം.

പകിടകൾ എണ്ണ തേച്ച് തുടച്ച് അമ്മാവൻ വെയിലത്ത് വയ്ക്കുന്നത് കണ്ടു.

ഒന്ന് വെറുതെ ഉരുട്ടി നോക്കാം..

"മൂന്നും ഒന്നും"... വേണ്ട ഇനി ഉരുട്ടണ്ട

"തിങ്കളാഴ്ച കണക്കാണേ"... അമ്മയുടെ അശരീരി ...

കണക്കിനെ കുറിച്ചോർത്തപ്പോൾ ല.സാ. ഗു. ഓടിയെത്തി

എങ്ങനെയെങ്കിലും ഇന്ന് പഠിക്കണം.

ഈ ഓണപ്പരീക്ഷ എന്തിനാണാവോ?

സീൻ ആറ്

തലേ ദിവസം വൈകിയാണ് ഉണ്ണി ഉറങ്ങിയത്. ആകാശ

വാണിയിലെ നാടകം കേട്ടിരുന്നുപോയി. ല.സാ.ഗു പഠിച്ചു എന്ന് പലവട്ടം ഉറപ്പ് നല്കിയിട്ടാ കേൾക്കാൻ അനുവദിച്ചതും.

തൃക്കേട്ട പൂക്കളം തയ്യാർ. ശതാവരി ഇലകൾ ചെറുതായി അരിഞ്ഞ് ചുറ്റും നിരത്തിയിട്ടുണ്ട്. ഇലകൾ തൃക്കേട്ടയിൽ ഇടം പിടിക്കുമത്രേ. അതാണ് കണക്ക്. ഒരു വേള കണക്കിനെ കുറിച്ച് ഉണ്ണിയാലോചിച്ചു. കണക്ക് കഴിഞ്ഞാൽ ഓണാവധിയാണ്.

ഇതിനിടയിൽ ഊഞ്ഞാലിനെ കുറിച്ച് കൊച്ചമ്മാവനോട് പറഞ്ഞു.

തൊഴുത്തിലെ മുടിക്കയർ അമ്മാവൻ ചൂണ്ടിക്കാട്ടി. പരീക്ഷ കഴിയട്ടെ. നാളെ ഇടാം. എന്ന മറുപടിയും.

സീൻ ഏഴ്

കണക്ക് നല്കിയ അത്മ സംഘർഷം ഉണ്ണിയുടെ മുഖത്ത് മൂലം നാളിൽ പ്രഭാതത്തിൽ തന്നെ ഇടം പിടിച്ചിരുന്നു. ഈ കണക്കിനെ ഒന്ന് ഒതുക്കിയിട്ട് വേണം ഒന്നോണ മാഘോഷിക്കാൻ.

ചതുരാകൃതിയിലുള്ള പൂക്കളം സജ്ജം. മൂല തിരിച്ചിട്ടും ഉണ്ട്. തിരിച്ചെന്നറിയാൻ ചെത്തി ഇതൾ റ പോലെയും.

"അശ്രദ്ധയാണ് നിനക്ക് കണക്കിന് മാർക്ക് കുറയുന്നത്".

അമ്മ പലവട്ടം കാതിൽ ഓതി.

"ഈ ഓണമാണ് എന്റെ ശ്രദ്ധ തെറ്റിക്കുന്നത്" എന്ന കണക്കെ ഉണ്ണിയും.

ഇതിനിടയിൽ കയർ കൂട്ടി പിരിച്ച് വടം പോലെ ആക്കുന്ന കെച്ചുമ്മാവനേയും പപ്പനേയും കണ്ടു.

പടിഞ്ഞാറ് ഭാഗത്ത് ഉരലിൽ മാറി മാറി ഇടി മുഴങ്ങുന്നു.

പരീക്ഷയിൽ ല.സാ.ഗു വില്ലനായ്.

എന്തും വരട്ടെ.

ഊഞ്ഞാലിൽ ഉയർന്ന് പൊങ്ങുമ്പോൾ ഓണം മാത്രം മനസ്സിലും.

സീൻ എട്ട്

രാവിലെ തന്നെ വടക്കെപ്പുറമ്പിൽ കൂട്ടുക്കാർ ഒത്ത് കൂടിയിട്ടുണ്ട്. മാവേലി ആരെന്ന ചോദ്യത്തിന് ഒരു ഉത്തരം മാത്രം. വാസു തന്നെ. കിട്ടുന്ന പണത്തിന് ഏവരേയും സിനിമയ്ക്ക് വാസു കൊണ്ട് പോകും. പുഞ്ച കെട്ടിയാൽ ചൊറിച്ചിലും ഇല്ല.

വീട് വൃത്തിയാക്കുന്ന തിരക്കിലാണ് അമ്മയും ചേച്ചിയും. പൂരാടത്തിന്റെ മഹിമ അതാണത്രേ.

പൂക്കളത്തിന് വലിപ്പം കൂടിയിട്ടുണ്ട്.

ഉച്ച കഴിഞ്ഞ് കായ് വറുക്കുന്നതിനെ കുറിച്ച് ചർച്ചകൾ കേട്ടു.

ഉച്ചയൂണ് കഴിഞ്ഞ് പതിനാറ് കളി തുടങ്ങി.

ഇതിനിടയിൽ ചുക്കിന്റെ മണം ശ്രദ്ധ തെറ്റിച്ചു. അടുക്കളയിൽ എത്തി നോക്കി:

സംശയമില്ല. ശർക്കര പുരട്ടിയുടെ പണിയിലാണ് അമ്മുമ്മ. കുന്തക്കാലിൽ ഇരുന്ന് ചട്ടുകം കൊണ്ട് കുത്തി മറിക്കുന്നു. പഞ്ചസാരപ്പൊടിയും തൂകിയിട്ടുണ്ട്.

“മണം പിടിച്ചെത്തി കൊശവൻ”.

ചിരിച്ചോണ്ട് പറയുന്നതിനിടയിൽ ദാ ഒരു സൂചനയും.

“വിളക്കത്ത് വയ്ക്കാതെ തൊട്ട് പോകരുത്”.

“പിന്നെ ഇതൊക്കെ ഉണ്ടാക്കുന്നത് എന്തിനാ” എന്ന കണക്കെ ഉണ്ണിയും.

ടിന്നിൽ അടച്ച് വച്ച് ഉരുളിയും തൂക്കി വടക്ക് വശത്തേക്ക് നടന്ന അമ്മുമ്മയുടെ പുറകെ ഉണ്ണിയും കൂടി.

ഭാഗ്യം വെള്ളം ഒഴിച്ചിട്ടില്ല.

ചട്ടുകം കൊണ്ട് വക്കുകൾ വടിച്ചെടുത്തു. ആരും കാണാതെ രുചിച്ച് നോക്കി.

ആഹാ..

അച്ഛൻ വൈകിട്ടോടെ ഓണക്കോടികളുമായി എത്തി. ഇത്തവണയും ഓണചന്ത കണ്ടില്ല.

പരുത്തിയുടെ ഗുണങ്ങൾ പറഞ്ഞ് ഷർട്ടിന്റെ തുണി കാട്ടി. ഓണം കഴിഞ്ഞാലും അശോകൻ തയ്ച്ച് തരില്ല. എന്തായാലും സന്തോഷമായി.

സീൻ ഒൻപത്

അതിരാവിലെ ഏവരും എഴുനേറ്റിട്ടുണ്ട്. അറിയാതെ ഉണ്ണിയും.

തെക്കും ഭാഗത്തെ ചെക്കൻമാരെത്തും മുൻപെ പാടത്ത് പോകണം. ഓണപ്പൂ തേടി.

ചേച്ചി തലേ ദിവസം പറഞ്ഞതാ.

ഇതിനിടയിൽ മൂപ്പര് നേന്ത്രക്കുലയും ആയി ഹാജർ. ഓണക്കാഴ്ച.

പണവും മുണ്ടും തിരികെ അമ്മുമ്മ നല്കുന്നതും കണ്ടു. ഇത് പതിവ് തന്നെ. ഇനി മാധവിയും പപ്പനും എല്ലാം എത്തും.

ഇന്നും നാളെയും ഇവിടെ ഉണ്ണാം എന്ന് അമ്മുമ്മ പറയുന്നതും കേട്ടു.

തൊട്ടാവാടികൾക്കിടയിലെ ഓണപ്പൂക്കൾ പറിക്കാൻ പാട് പെട്ടു. അല്പായുസ്സും. വെള്ളം തളിച്ച് വാഴയിലയിൽ പൊതി

ഞ്ഞ് വയ്ക്കണം. രാത്രി കളത്തിലെ പ്രധാന പൂവല്ലേ..

പിള്ളേരോണം ആയതിനാൽ ഇലയിൽ ആയിരുന്നു ഉച്ച ഊണ്. ഒന്നോ രണ്ടോ കറികൾ കൂടുതലും.

"പായസമുണ്ടോ?"

ഉണ്ണി തിരക്കി.

അതൊക്കെ നാളെ... മറുപടി അരുടേതെന്ന് തിരിച്ചറിഞ്ഞില്ല.

അമ്മ ഇഞ്ചി കൊത്തിയരിയുന്നതിനിടയിൽ അമ്മിണി ചിറ്റ യെത്തി.

"വട്ടത്തിൽ അരിഞ്ഞ് വറുത്ത് കോരിയാൽ പോരായി രുന്നോ" എന്ന് ചോദിക്കുന്നത് കേട്ടു.

രുചിക്ക് ഇത് തന്നെ നല്ലതെന്ന് അമ്മയും.

"ഊത്തലെടുക്കുമ്പോൾ ഓർക്കണേ".. അമ്മിണി ചിറ്റയും.

സന്ധ്യ ആയതോടെ പൂക്കളത്തിന് പുറകെ കൂടി. കുള ത്തിലെ മണ്ണ് എത്തിച്ച് കൊടുക്കുന്ന പണി ഉണ്ണിയുടെതായിരു ന്നു. പൂക്കളം ഒരുക്കാൻ എല്ലാവരും കൂടിയിട്ടുണ്ട്.

പല കോണുകളിൽ നിന്നും പൂക്കളം വീക്ഷിച്ചു.

ഇതിനിടയിൽ ഉത്രാടപ്പാച്ചിലിന്റെ വിശേഷങ്ങൾ അമ്മാവൻ നിരത്തുന്നുണ്ടായിരുന്നു.

"കാണം വിറ്റും ഓണം ഉണ്ണണം".. അതല്ലേ പഴംചൊല്ല്. അത്ര തന്നെ. അമ്മുമ്മ അരോടായി പറയുന്നത് കേട്ടു.

ഉത്രാടപ്പൂ നിലാവ് ഉണ്ണി അല്പനേരം നോക്കി നിന്നു.

സീൻ പത്ത്

ഇന്ന് തിരുവോണം. സമ്പദ്സമൃദ്ധി വിളിച്ചോതുന്ന ദിനം. അടുക്കള നാല് മണിക്ക് പുക കണ്ടു. കൽച്ചട്ടിയും ഉരുളിയും മാറി മാറി അടുപ്പത്തും. പുകവരാതിരിക്കാൻ മാറി മാറി ഊതു ന്നുണ്ട്. വാഴയിലയിൽ ഉപ്പുമാവും നേന്ത്രപ്പഴം പുഴുങ്ങിയതും. പ്രാതലിന്റെ സമയമായപ്പോൾ പപ്പടം പൊടിയുന്നതും കേട്ടു. പേരിന് ഉണ്ണിയും കഴിച്ചു.

പടിവാതിൽക്കൽ ചെന്ന് ഉണ്ണി നിന്നു. തെക്കേ പറമ്പിൽ കിളി മാസ് തകർക്കുന്നു. ചില കശപിശ കേൾക്കുന്നുണ്ട്. ടെർലിൻ ഷർട്ടിട്ട ബാബു ഇടക്കിടെ തിരിഞ്ഞ് നോക്കുന്നു. "ഷർട്ട് കണ്ടോ" എന്ന ചോദ്യം അവന്റെ മുഖത്ത് കാണാം.

ഉണ്ണിക്ക് ഉച്ച കഴിഞ്ഞേ കളിക്കാൻ അനുവാദമുള്ളു. ഉയരത്തി ലെത്തി മാറി മറിയുന്ന കക്കകളിലേക്ക് ഉണ്ണിയുടെ കണ്ണുകൾ ഉടക്കി. രാമമ്മാനും കൂട്ടരും ആണ്. അടുത്ത് വെറ്റില ചെല്ലവും ഉണ്ട്.

ആരവങ്ങൾ കേട്ടപ്പോഴാണ് മാവേലിയുടെ വരവ് ഉണ്ണി

കണ്ടത്. പൊക്കം കണ്ടാലറിയാം വാസു തന്നെ. മാവേലിയെ സ്വീകരിക്കാൻ വീട്ട് പടിക്കലേക്ക് ഏവരും എത്തി. അമ്മുമ്മയുടെ കൈയ്യിൽ ഒരു പിടി പണം ഉണ്ട്.

"വീട്ടിലെ കാർന്നോര് പെട്ടി തുറക്കുമ്പോൾ
ആടി കളിക്കെടാ കൊച്ചു രാമാ"
മണിക്കുട്ടൻ ഉച്ചത്തിൽ പാടി
വാസു തലങ്ങും വിലങ്ങും ചാടി
ബർട്ടി പട്ടി ഓരിയിടുന്നതും കേട്ടു .
വാസുവിനെ അവൻ തിരിച്ചറിഞ്ഞ് കാണില്ല..
"കീശ നിറഞ്ഞല്ലോ മണിക്കുട്ടാ"..
ആരോ ചോദിക്കുന്ന കേട്ടു .

വാസുവിനും കൂട്ടർക്കും നാളെ മാറ്റിനിക്ക് പോണം. അത്രേ ഉള്ളൂ.

ഇലകളിൽ എല്ലാക്കറികളും ഇടം പിടിച്ചിട്ടുണ്ട്. വിളക്കത്ത് വച്ചശേഷം എല്ലാം യഥാസ്ഥാനങ്ങളിലും. കുട്ടികളെല്ലാം നിലത്താണ്.

പരിപ്പും നെയ്യും പപ്പടവും കൂട്ടി രണ്ടുരുള ഉണ്ണി കഴിച്ചു. പിന്നെ കാളൻ കൂട്ടി അല്പവും. അതാണ് ഉണ്ണിക്കിഷ്ടം.

"ഇന്നെങ്കിലും സമാധാനത്തോടെ കഴിച്ചൂടെ"...

"എവിടെയെങ്കിലും പോകാനുണ്ടോ"...

ചോദ്യങ്ങൾ ഓരോന്നായി ഉണ്ണിയിലേക്ക്.

ആരെങ്കിലും കേൾക്കട്ടെ എന്ന കണക്കിൽ "പായസം" എന്ന് ഉണ്ണി ഉച്ചത്തിൽ പറഞ്ഞു.

രണ്ട് തവണ വാങ്ങി..

അരോ "കടല പരിപ്പാണേ" എന്നർത്ഥം വച്ച് പറയുന്നതും കേട്ടു.

വീട്ട് പടിക്കൽ പകിട ഉരുളുന്നത് ഉണ്ണിനോക്കി നിന്നു. ഇത് തിരുവോണപ്പതിവാണ്. അമ്മാവൻമാരും കൂട്ടരും സന്തോഷത്തിലാണ്.

അങ്ങകലെ പുഞ്ചകളി പെൺകുട്ടികളുടെ നേതൃത്യത്തിൽ. മുടിക്ക് കുത്തി പിടിച്ചതിന്റെ പേരിൽ കശപിശയും കേൾക്കുന്നു. പൊക്കിൾകൊടിയുടെ ചുറ്റും കൊള്ളിയാൻ പോലെ ഉണ്ണിക്ക് തോന്നി. ഉണ്ണി പടിഞ്ഞാട്ട് ഓടി.

കടല പരിപ്പ് പണി പറ്റിച്ചു.തിരുവയർ ഒഴിഞ്ഞു.

"എന്തൊരാശ്വാസം"

ഉണ്ണി തന്നോടായി പുലമ്പിയത് പോലെ: അകലെ നിന്നും തലയണയുദ്ധത്തിന്റെ വിവരണങ്ങൾ ഓണാഘോഷ വേദിയിൽ

നിന്നും.

അങ്ങോട്ട് പോകാൻ അനുവാദവും ഇല്ല.

ബാബു പറഞ്ഞ് ഇനി "എല്ലാം കേൾക്കാം". " കാണാം"..

രാത്രി നേരത്തെ ഉണ്ണി കിടന്നു. ഇനി രണ്ട് നാൾ കൂടി ഓണത്തിന്റെ പേരിൽ നടക്കാം..

ഗോപി സാർ കണക്ക് പേപ്പറുമായി അദ്യ ദിനം തന്നെയെത്തും.. "ല.സാ.ഗു എന്താകുമോ ആവോ?"

ഓണക്കഥയിലെ വില്ലൻ അവൻ തന്നെ....

കണ്ണ് കൂമ്പുന്നു.

ചിറ്റാരം കടവിലെ വിശേഷങ്ങൾ

കുളിക്കടവിൽ പതിവ് പോലെ ജാനു ചേച്ചി ഹാജർ. സൂര്യൻ ഉച്ചസ്ഥായിയിലേക്ക് നീങ്ങുന്നതേ ഉള്ളു. അലക്ക് കല്ലിൽ തുണികൾ ചുരുട്ടി ആഞ്ഞടിക്കുമ്പോൾ ശബ്ദം താളബോധം നിറഞ്ഞ അലകളായ് വിദൂരങ്ങളിലേക്ക്. സമപ്രായക്കാരായ സമീപവാസികളും സുഹൃത്തുക്കളും ഈ ശബ്ദം ഇതിനോടകം തിരിച്ചറിയും. ജോലികൾ ഒതുക്കി കുളക്കടവിലേക്ക് നീങ്ങാൻ അറിയാതെ അവരിലേക്ക് ഊർജതന്ത്രം പകരുന്ന അലക്കിന്റെ ധ്വനികൾ. ഇന്നലെ നിർത്തിവച്ച സംഭാഷണങ്ങൾക്ക് മീതെ രസതന്ത്രവുമായി ജാനു ചേച്ചിയും. സൂര്യൻ തലയ്ക്ക് മീതെ എത്തുമ്പോഴെക്കും ചിറ്റാരം കുളിക്കടവ് ഉഷാർ .

തെക്കും ഭാഗത്തെ അമ്മിണി എത്തിയതോടെ ജാനു ചേച്ചി ഉഷാറായി.

“എന്തോന്നടി അമ്മിണി”... “ഇന്നലെ നമ്മൾ എന്താ പറഞ്ഞ് നിർത്തിയേ?”

നെറ്റിയിലെ വിയർപ്പ് തുടക്കുന്നതിനിടെ ജാനു ചേച്ചിയുടെ

ചോദ്യം .

"നന്ദിനിയുടെ കാര്യം". അത് തന്നെ. പാല് തീരെ കുറഞ്ഞു. ചുരത്താനും മടി. ഇങ്ങനെ പോയാൽ കറവ നില്ക്കും. അന്നോം മുട്ടും. അമ്മിണി ചേച്ചി മറുപടി നല്കി.

"എല്ലാത്തിനും അതിന്റെ സമയം ഇല്ലേ അമ്മിണി".

വായ്ക്കുള്ളിൽ വിരലുകൾ കടത്തി മുറുക്കാൻ ശിഷ്ടങ്ങൾ പുറത്തേക്ക് കളയുന്നതിനിടെ ജാനു ചേച്ചിയും.

നിറവയറുമായ് കുളിക്കടവിലേക്ക് നടന്നടുക്കുന്ന വസുമതിയെ കണ്ടപ്പോൾ ജാനു ചേച്ചിയും അമ്മിണി ചേച്ചിയും അലക്ക് ഒരേ പോലെ നിർത്തി.

അമ്മിണി ചേച്ചിയുടെ കാതിൽ കുശു കുശുത്തു.

"ഏറേ പോകേണ്ടതില്ല. അടുത്ത പക്കത്തിന് പെണ്ണ് വയറൊഴിയും".

"നടുവിൽ ഒരു കൈ വച്ച് താങ്ങി നടക്ക് പെണ്ണേ"...

"എത്ര ആയിന്നാ പറഞ്ഞേ?"

അമ്മിണി ചേച്ചിയുടെ വക ചോദ്യം.

"ഇന്നലെ പറഞ്ഞില്ലേ. അതിന്റെ കൂടെ അങ്ങ് ഒരു ദിവസം കൂട്ടിക്കോ ഏട്ടത്തി".

വസുമതിയുടെ ചിരിച്ച് കൊണ്ടുള്ള മറുപടിയും.

"ഏറെ കൂട്ടണ്ട കുട്ട്യേ". "സദാ ചിറ്റാരം ദേവിയെ സ്തുതിച്ചോളൂ".

കന്നി പ്രസവം അല്ലേ?

ജാനു ചേച്ചി കൂട്ടിചേർത്തു.

"പേറിന്റെ കാര്യത്തിൽ ജാനു ചേച്ചിയെ വെല്ലാനാകുമോ.. പത്തോ അതോ പന്ത്രണ്ടോ?"

അമ്മിണി ചേച്ചിയുടെ വക ഒരു താങ്ങും.

പതുക്കെ നടന്നടുക്കുന്ന സുഹറയെ കാട്ടിയത് വസുമതിയാണ്. തലയിൽ തട്ടമിട്ട മൊഞ്ചത്തിപ്പെണ്ണ്. പ്രായം തുലോം കുറവ്. കെട്ടിയ നാല്പതാം നാള് അക്കരക്ക് പോയതാ.. വർഷം രണ്ട് കഴിഞ്ഞു.

"കെട്ട്യോൻ അടുത്തില്ലെങ്കിലാന്താ"...

"നല്ല തക്കാളിടെ ശേല്".

ജാനു തള്ള പുലമ്പി.

"മൂത്ത് കുരച്ചിട്ടും നാക്കിന് ഭാരം കുറവില്ലേ തള്ളേ"..

വസുമതിയുടെ വക..

ഇതൊന്നും അറിയാത്ത ഭാവത്തിൽ

"നിന്റെ പുയ്യാപ്ള ഇനി എന്നാണ് എന്ന്" അമ്മിണിയും.

"പെരുന്നാളിന് വരും എന്നാ കേക്കണെത്".
സുഹറയുടെ ഉത്തരവും.
"അത്തറും മുഠായിയും ഞങ്ങൾക്കും തരണേ". വസുമതി വക.
അക്കരയായിരുന്നു എന്റെ കെട്ട്യോൻ.
"എന്നെ കാണാനുള്ള പൂതികൊണ്ട് ചെമ്പിൽ ഇരുന്ന് തുഴഞ്ഞ് വന്നിട്ടുണ്ടെ".
ജാനു ത്തള്ള ചിരിച്ചോണ്ട് പറഞ്ഞു.
"ചുമ്മാതല്ല എണ്ണം പന്ത്രണ്ടായത്".
വസുമതി തിരിച്ചും.
പുഴയുടെ നടുക്ക് വള്ളവുമായി ഓട്ടക്കണ്ണൻ കുഞ്ഞൻ പതിവ്പോലെ എത്തിയിട്ടുണ്ട്. പുഴയിൽ മുങ്ങി ചരലുമായ് പൊങ്ങുന്ന കുഞ്ഞന്റെ കണ്ണുകൾ ലക്ഷ്യമിട്ട് ഇടക്കിടെ കുളിക്കടവിലേക്കും.
തലയ്ക്ക് മേലെ സൂര്യൻ എത്തിയാലേ കുഞ്ഞന് ചരൽ വാരാൻ കഴിയൂ..
അമ്മിണി കളിയാക്കി പറഞ്ഞു.
"അങ്കോം കാണാം താളീം ഒടിക്കാം"..
ജാനു തള്ള പുലമ്പുമ്പോൾ കറ പൂശിയ പല്ലുകൾ സാക്ഷിയായി..
"ഈ ഓട്ടക്കണ്ണന്റെ കാഴ്ച എന്നു നിലക്കുമോ ആവോ?"
വസുമതി വക
"എനിക്കും അമ്മിണിക്കും ഇനി കാഴ്ചാക്കായി ഒന്നുമില്ലേ"...
"മേൽ മുണ്ട് ചുറ്റി കുളിക്ക് കുട്ട്യോളെ"...
ജാനു തള്ള പുലമ്പി
പുഴയരികിലെ പൊന്തക്കാടുകളിലെ കുറുക്കൻമാരല്ലാതെ ആരും പുഴക്കരികിൽ വരില്ലായിരന്നു. പ്രത്യേകിച്ചും കുളക്കടവിൽ.
ജാനുത്തള്ള പറയുന്നത് കേട്ടു.
"ഉവ്വ. കഴിഞ്ഞ ദിവസം പൊന്തൻകാട്ടിൽ നിന്നാ കള്ളൻ കുട്ടനെ പോലീസ് പിടികൂടിയത്".
വസുമതി കൂട്ടിച്ചേർത്തു.
"എന്തിനാണാവോ?" സുഹറയുടെ സംശയം.
"കേസ് എന്തായാലെന്താ"... "തലക്ക് മേലെ സൂര്യൻ വന്നാൽ കള്ളൻ കുട്ടൻ പൊന്തക്കാടിലുണ്ടാകും".
വസുമതി മറുപടി നല്കി.
കുറുക്കൻമാരിൽ ഒരാൾ അവൻ തന്നെ.

അമ്മിണി ചേച്ചി അർത്ഥം വച്ച് പൊട്ടിച്ചിരിച്ചു.

സുഹറയുടെ മുഖത്ത് വല്ലാത്ത നാണവും.

"ഉടുതുണിയല്ലാതെ ഇനി അലക്കാൻ മിച്ചം ഉണ്ടോ" ജാനുത്തള്ളേ?

വസുമതി കളിയാക്കി.

അതെ. ഞാൻ വെള്ളത്തിൽ മുങ്ങി കിടക്കാം.

"നീ ഒന്ന് അലക്കി തരുമോ കുട്ട്യേ?"

ജാനുത്തള്ള തിരിച്ചടിച്ചു.

"വയറ് നിറഞ്ഞ നില്ക്കണെ പെണ്ണ് തന്നേ അലക്കണോ ചേട്ടത്തിയേ"..

അമ്മിണി ചേച്ചി വക .

"വയറ് നിറഞ്ഞിട്ടും ഓൾടേ വായ്ക്ക് അടവില്ലല്ലോ". ജാനുത്തള്ള മറുപടി നല്കി.

അങ്ങകലെ ചെറു കൂട്ടങ്ങൾ വെള്ളത്തിൽ മുങ്ങാം കുഴിയിടുന്നത് നോക്കി സുഹറയും.

കാലം കടന്ന് പോയി. കാലയവനികക്കുള്ളിൽ ജാനുത്തള്ളയും അമ്മിണി ചേച്ചിയും മറഞ്ഞു. വസുമതി കുട്ടികളുമായി കടവിൽ വന്ന് പോകുന്നു.. സുഹറ ഇടക്കിടെ അക്കരെയും ഇക്കരയുമായി.

കടവിൽ നാമമാത്ര ജലാശയമായി. പുഴ മണൽപ്പരപ്പുകളായി. മണൽ ലോറികൾ ഒന്നിന് പുറകെ ഒന്നായി വിലസി. പൊന്തൻകാടുകൾ അപ്രത്യക്ഷമായി. പകരം ഇരുനില കെട്ടിടങ്ങൾ പ്രത്യക്ഷപ്പെട്ടു.

പതിവ് പോലെ ചിലരുടെ അലക്ക് ശബ്ദങ്ങൾ ഇന്നും കേൾക്കുന്നു.

നാടിന്റെ സമയപാലകരായി.

"ചിറ്റാരം കടവ് മാറ്റമില്ലാതെയും".

പെയ്തൊഴിയാതെ

"എങ്ങോട്ടാ അമ്മാവനും ഉണ്ണിക്കുട്ടനും കൂടി?"

മടിയിൽ മുറം വച്ച് ബീഡി തെറുക്കുന്നതിനിടയിൽ കുഞ്ഞി പണിക്കന്റെ ചോദ്യം. കുഞ്ഞിപണിക്കന്റെ പല്ലുകൾ എല്ലാം തെളിഞ്ഞ് നില്ക്കുന്നു.

തീരെ പൊക്കം കുറഞ്ഞ് കാതിൽ വെള്ളി കടുക്കനിട്ട പണി

ക്കൻ ചേട്ടൻ അമ്മാവന്റെ അടുത്ത സുഹൃത്താണ്. ഉണ്ണിക്കുട്ടൻ തല കുമ്പിട്ട് നിന്നു. ഇടക്ക് ഭരണിയിലെ വെള്ള മിഠായികളിൽ കണ്ണ് ഉടക്കി.

"ചോദിച്ചത് കേട്ടില്ലേ?"

സിനിമയ്ക്ക് പോകുന്നു എന്ന് പറയൂ.

അമ്മാവൻ ഉണ്ണിയോടായ് പറഞ്ഞു.

"ഉത്തരം അമ്മാവൻ പറഞ്ഞല്ലോ എന്ന കണക്കെ ഉണ്ണിയും".

മിഠായിയിൽ കണ്ണുടക്കിയത് കണ്ടിട്ടാവാം പണിക്കൻ ചേട്ടൻ പേപ്പറിൽ പൊതിഞ്ഞ് മിഠായി ഉണ്ണിക്കായ് നീട്ടി.

"വാങ്ങിക്കോളു".

പോക്കറ്റിൽ ഇട്ടപ്പോൾ തന്നെ വായിൽ വെള്ളമൂർന്നു.

എത്രയുണ്ടാവും എന്ന ആശങ്കയും.

കൊട്ടകയിൽ എത്തുമ്പോൾ എടുത്ത് നോക്കാം. രുചിക്കാം.

ഉണ്ണിക്കുട്ടന് സന്തോഷമായ്. ഇതിനിടയിൽ നാലും കൂട്ടി അമ്മാവൻ മുറുക്കാൻ വായിൽ തിരുകുന്നതും കണ്ടു. പതിവ് പോലെ.

അമ്മാവന്റെ കൈയ്യിൽ തൂങ്ങി മുന്നോട്ട് നടക്കവെ ചായ ക്കടക്കാരൻ വാസു നായരുടെ വക വീണ്ടും ചോദ്യം.

"കേശുവും അനിന്തരവനും കൂടി എങ്ങോട്ടാ?"

"കൊട്ടകലേക്കാണോ?"

"തനിക്കിതല്ലേ ജീവിതം."

സിനിമയും മുറുക്കും. "ഇനിയെങ്കിലും ഒരു പെണ്ണ് കെട്ടേ ണ്ടേ".. ദാ ആ കുട്ടിയേം കൂടി എല്ലാം പഠിപ്പിച്ചോളു.

വാസു ചേട്ടൻ എല്ലാം ഒറ്റ ശ്വാസത്തിൽ പറഞ്ഞ് ഒതുക്കി. ഉണ്ണിക്കുട്ടന്റെ കണ്ണുകൾ ചില്ലലമാരയിലേക്കായി. പതിവ്പോ ലെ ഉണ്ണിയപ്പവും പരിപ്പ് വടയും എല്ലാം യഥേഷ്ടം.

ചേർത്ത് വച്ച രണ്ട് വിരലുകൾക്കിടയിലൂടെ നീട്ടി തുപ്പി അമ്മാവൻ വാസു ചേട്ടനോട് പറയുന്നത് കേട്ടു.

"ഇവനൊരു പാലും വെള്ളവും സുഖിയനും കൊടുക്ക്".

"ഞാൻ ഒന്ന് വായ് കഴുകിയിട്ട് വരാം". കടുപ്പത്തിലൊരു ചായ എനിക്കും.

"നീ എന്തിനാടാ കേശൂ വായ് കഴുകുന്നത്".

അടുത്ത മുറുക്കാൻ റെഡിയല്ലേ? വാസു ചേട്ടന്റെ വക.

തല കുലുക്കി ചിരിച്ചമ്മാവനും.

ഉണ്ണിക്കുട്ടൻ സ്റ്റൂളിൽ കയറി ഇരുന്നു. പഴം പൊരിയായിരുന്നു ഇഷ്ടം. എന്തെങ്കിലും അകട്ടെ. സിനിമയുടെ സമയം ആയോ എന്തോ? എന്തായാലും ഉച്ചഭാഷിണിയിലെ പാട്ടുകൾ നിലച്ചി

ട്ടില്ല.

കൊട്ടകയിലേക്കുള്ള നടത്തത്തിൽ ഉണ്ണിക്കുട്ടൻ ചോദിച്ചു?

"അമ്മാവനെയെല്ലാവർക്കും ഇഷ്ടാണല്ലേ?"

"അതെന്താ?" അമ്മാവൻ തിരികെ.

"അമ്മാവനോടാരും പൈസാവാങ്ങിയില്ലല്ലോ?"

വീണ്ടും നീട്ടി തുപ്പിയമ്മാവൻ പറഞ്ഞു.

"പറ്റാണ് മോനേ".

"അതെന്താ ഈ പറ്റ്?" കൊട്ടക വരെ ഉണ്ണിയുടെ ചിന്ത അതായിരുന്നു.

എന്തുമാവട്ടെ. അമ്മാവനെ എല്ലാർക്കും ഇഷ്ടം തന്നെ.

കൊട്ടകേലെ പുറത്തെതിരക്ക് കണ്ട് ഉണ്ണി അമ്പരന്നുപോയി.

"അമ്മാവാ ടിക്കറ്റ് കിട്ടുമോ?"

അമ്മാവനത് ഗൗനിച്ചില്ല.

എല്ലാ കൗണ്ടറിലും തിരക്ക് തന്നെ.

നല്ല ബഹളവും.

ഉണ്ണി അസ്വസ്ഥനായി.

ഇതിനിടയിൽ സിനിമ ഓടിക്കുന്ന നാണപ്പൻ ചേട്ടൻ പുറത്തേക്ക് വന്നു. അങ്ങോട്ട് ചെല്ലാൻ ആംഗ്യം കാട്ടി.

മൂപ്പരുടെ മുറിയിലേക്ക് വിളിച്ചിരുത്തി.

അമ്മാവന്റെ കൈയ്യിലേക്ക് രണ്ട് ടിക്കറ്റുകൾ കൈമാറുന്നത് ഉണ്ണി കണ്ടു.

ആശ്വാസമായി. സിനിമാ കാണാല്ലോ.

"ഇവനിവിടെ ഇരിക്കട്ടെ" ഞാനിപ്പോൾ വരാം. അമ്മാവൻ പറയുന്നത് കേട്ടു.

"പോകാൻ വരട്ടെ. നിനക്കൊരു പെണ്ണിനെ ഞാൻ കണ്ട് വച്ചിട്ടുണ്ട്". നാണപ്പൻ ചേട്ടന് ചെവി കൊടുക്കാതെ അമ്മാവൻ സ്ഥലം കാലിയാക്കി.

"ഇതെന്തൊരു പ്രകൃതം?"

നാണപ്പൻ ചേട്ടൻ സ്വയം ചോദിക്കുന്നത് കേട്ടു.

ഫിലം ചുറ്റിയ ചക്രങ്ങൾ നോക്കി ഉണ്ണിയും.

സിനിമാ കഴിഞ്ഞ് മടങ്ങവേ അമ്മാവൻ ഉത്സവത്തെ കുറിച്ചാണ് പറഞ്ഞത്.അടുത്ത ആഴ്ച അമ്പലത്തിൽ കൊടിയേറ്റാണത്രെ. ഇനി ഉത്സവതിരക്കിലാകും അമ്മാവൻ. വരാൻ പോകുന്ന ആനകളെ കുറിച്ചും വെടിക്കെട്ടിനേക്കുറിച്ചുമൊക്കെ ഉണ്ണിയെ കേൾപ്പിച്ചു. ഉത്സവത്തിനെന്തായാലും അമ്മാവന്റെ കൂടെ പോക്ക് നടക്കില്ല.

അമ്മാവൻ ഉത്സവ നടത്തിപ്പിന്റെ തിരക്കിലായിരിക്കും.

എന്തായാലും എവിടെ ആയാലും അമ്മാവനില്ലാത്തൊരു കാര്യവും ഇല്ല.

ഉണ്ണിയോർത്തു.

ഉത്സവത്തിന് അമ്മുമ്മയുമൊത്താണ് ഉണ്ണി പോയത്. ദുരെ നിന്നെ മേളത്തിന്റെ ധ്വനികൾ കേട്ടിരുന്നു. മുൻപും പിൻപും ആയി ഒട്ടേറെപേർ ക്ഷേത്രത്തിലേക്ക് നീങ്ങുന്നു. കരനാഥന്റെ ഉത്സവമല്ലേ. എല്ലാവരും ആനന്ദതിമിർപ്പിലാണ്. ക്ഷേത്രനടയരികിലെ ബലൂൺ കച്ചവടക്കാരെയും പെട്ടിക്കടക്കാരെയും ഇടക്ക് ഉണ്ണി നോക്കി. "എന്താ ഇത്തവണ ആവശ്യപ്പെടുക?" ഉണ്ണിക്കെന്തെങ്കിലും വാങ്ങി കൊടുക്കേണ്ടേ എന്ന കണക്കെ മടിക്കുത്തിൽ അഞ്ചിന്റെ പച്ച നോട്ടുകൾ തിരുകുന്നത് ഉണ്ണി കണ്ടിരുന്നു.

ഒരു കറുത്ത തോക്കായാലോ? അടുത്ത വീട്ടിലെ കൃഷ്ണന്റെ കൈയ്യിൽ ഇന്നലെ മുതൽ കണ്ടിരുന്നു. ഒരു തവണ പോലും ചോദിച്ചിട്ടവൻ തന്നുമില്ല.

നേരെ നോക്കി നടക്കൂ ഉണ്ണി. അമ്മുമ്മ പറഞ്ഞത് കേട്ടപ്പോളാണ് ഉണ്ണിയുടെ നോട്ടം പിൻവലിച്ചത്.

തിരികെ മടങ്ങുമ്പോൾ അമ്മുമ്മയോട് ചോദിക്കാം.

ക്ഷേത്ര നടയിലേക്ക് നീങ്ങുന്നതിനിടയിൽ വെടിപ്പുരയിലേക്ക് നോക്കി. നാലഞ്ചു പേർ ഇരുന്ന് കതിനകൾ നിറക്കുന്നു. ദൂരെയായ് ഒരു വടിയുടെ അറ്റത്ത് കെട്ടിവച്ച കയർ എരിഞ്ഞമരുന്നു. നിരനിരയായ് ചിട്ടയോടെ അടുക്കി വച്ച കതിനകളുടെ കഥ കഴിക്കാൻ കണക്കെ. കതിന നിറക്കുന്ന കൂട്ടത്തിൽ കൊച്ച് കുട്ടനെ കണ്ടു. കാതിൽ നിറയെ രോമങ്ങളുള്ള കള്ളൻ കുട്ടൻ. കതിന നിറക്കാൻ കേമനാണത്രെ. അമ്മുമ്മ മനമുരുകി പ്രാർത്ഥിക്കുമ്പോൾ വടക്ക് ഭാഗത്ത് എഴുന്നള്ളിച്ച കരിവീരൻമാരെ ഉണ്ണിക്ക് കാണാനായി. തിടമ്പെടുത്ത ആനക്ക് തലപ്പൊക്കം ഏറെ. അമ്മാവൻ പറഞ്ഞ ശ്രീനിവാസൻ ആന ആകും. മുന്നിൽ തീവെട്ടി പിടിച്ചിരിക്കുന്നത് അമ്മാവൻ തന്നെ. ഇടക്ക് തലയും ആട്ടുന്നുണ്ട്. ചിരിക്കുന്നുമുണ്ട്.

ഇതിനിടെ അമ്മുമ്മ ആരോടോ പറയുന്നത് കേട്ടു. "കേശുവിന്റെ കാര്യം എന്താ പറയുക". "ദാ നോക്കൂ".

അവൻ എഴുന്നള്ളത്തിന് മുന്നിൽ തന്നെ ഉണ്ട്. ഉത്സവപ്പറമ്പിൽ നിന്ന് എല്ലാരും പിരിഞ്ഞാലേ അവൻ വീട്ടിലേക്കുണ്ടാവു.

അമ്മാവൻ സന്തോഷിക്കട്ടെ. ഈ അമ്മുമ്മയ്ക്ക് എന്താ എന്ന കണക്കെ ഉണ്ണിയും.

ഊട്ടുപുരയുടെപടിയിൽ അമ്മുമ്മയോട് ചേർന്നിരുന്നു. മേളം മുറുകുന്നതിനോടൊപ്പം ആനകളുടെ ചെവിയാട്ടം ഒരു കൗതുക

മായി ഉണ്ണി കണ്ടു. ആരോ ഒരു ലാത്തിരിപൊക്കി കത്തിക്കുന്നത് കണ്ടു. വർണ്ണക്കുടകൾക്ക് കീഴെ ആലവട്ടവും ചുഴറ്റുന്ന വെൺ ചാമരവും ഉണ്ണി നോക്കിയിരുന്നു. ഇടക്ക് ആരോ രണ്ട് പൊതി കപ്പലണ്ടി അമ്മുമ്മയുടെ കൈവശം എത്തി ച്ചു.

"ദാ നിനക്കാണത്രെ". കേശു പറഞ്ഞിട്ടാണത്രെ.

ഉണ്ണിക്ക് ആശ്ചര്യം തോന്നി. "അമ്മാവൻ എന്നെ ഓർത്ത ല്ലോ".

അമ്മുമ്മ അടുത്തിരുന്ന ചേച്ചിയോട് പറയുന്നത് കേട്ടു.

'"കേശുവിന്റെ ജീവനാ ദേ ഇരിക്കുന്നവൻ".

കേശു ഇനി വിവാഹം കഴിക്കുമെന്ന് തോന്നുന്നില്ല. നാട്ടു കാർക്ക് ഉഴിഞ്ഞ് വച്ച ജീവിതം.

അടുത്തിരിക്കുന്ന കുട്ടികൾ നോക്കിയതാവാം, ഉണ്ണി കപ്പ ലണ്ടി പൊതികൾ ഒളിച്ച് പിടിച്ചിട്ടുണ്ട്.

ഉത്സവപിറ്റേന്ന് ഉണ്ണി വൈകിയാണ് എഴുനേറ്റത്. പതിവില്ലാ തെ നാരയണമ്മാവനും എത്തിയിട്ടുണ്ട്. എല്ലാവരും ചേർന്ന് എന്തൊക്കെയോ സംസാരിക്കുന്നു. കരയുന്ന അമ്മുമ്മയെ ആരൊക്കെയോ സമാധാനിപ്പിക്കുന്നുണ്ട്.

"അവൻ വരും. വരാതെവിടെ പോകാൻ".

"ഉണ്ണിയെ പിരിഞ്ഞിരിക്കാൻ പറ്റുമോ?"

"അച്ഛനുമ്മയുമില്ലാത്ത കുട്ടിക്ക് അവനല്ലേ എല്ലാം?"

നാരയണമ്മാവൻ പറയുന്നത് കേട്ടു.

"ഇത്രക്കും സാമ്പത്തിക ബാദ്ധ്യത എങ്ങനെ? എഴുത്തില ങ്ങനെയാണല്ലോ".

"അരോടൊങ്കിലും ഒന്നു പറഞ്ഞൂടായിരുന്നോ?"

"എല്ലാത്തിനും പോം വഴിയില്ലേ?"

തെക്കേതിലെ അമ്മിണി ചേച്ചി അമ്മുമ്മയോട് ചോദിക്കു ന്നത് കേട്ടു.

ഉണ്ണിയുടെ കണ്ണുകൾ നിറഞ്ഞു.

അമ്മുമ്മയെ കെട്ടിപ്പിടിച്ച് ഉണ്ണി പറഞ്ഞു.

"അമ്മാവൻ വരും. എന്നെ പിരിഞ്ഞിരിക്കാൻ അമ്മാവനു കഴിയില്ല".

നാരയണമ്മാവൻ കൂട്ടി ചേർത്തു. ഉണ്ണി പറഞ്ഞതാ ശരി. അവനോളം ആർക്കും കേശുവിനെ അറിയില്ലല്ലോ?

"വരും വരാതിരിക്കില്ല".

ഉണ്ണിയുടെ മുഖത്തെ പ്രതീക്ഷകൾ തന്നെ ഏവർക്കും ആശ്വാസമായ്.

"വിശ്വാസമായ്".

ഗുരു കടാക്ഷം

ഉറക്കമുണർന്ന് കണ്ണ് തിരുമ്മി മുൻ വശത്തെ കോലായിൽ എത്തി പുഴയിലേക്ക് കുറച്ച് നേരം നോക്കി നില്ക്കുന്നത് രാമൻ കുട്ടി മാഷിന്റെ ശീലമാണ്. ആകാശവാണിയിൽ നിന്ന് പിരിഞ്ഞ തിന് ശേഷമാണ് ഈ ശീലവും. ഇനിയുള്ള ശിഷ്ടകാലം നാട്ടിൽ തന്നെ. കാവി മുണ്ടിൻ ഞെറിയിൽ ഒളിച്ചിരിക്കുന്ന ഡപ്പി

കൈവിരലുകൾക്കിടയിലേക്ക് യാന്ത്രികമായി എത്തിച്ചേർന്നിരിക്കുന്നു. കൈവെള്ളയിലേക്ക് അല്പം മൂക്കിൽ പൊടിതട്ടിയിട്ട് ഒരു തിരുമ്മാണ്. ആവശ്യം പോലെ മുകളിലോട്ട് എത്തിച്ചേർന്നു എന്നുറപ്പാക്കി.

മാഷ് ഉഷാറായി.

“ഇന്നെങ്കിലും നിങ്ങള് ബാങ്കിൽ പോകുമോ മാഷേ?” “തീയതി ഇന്ന് പത്താണ്. പലചരക്ക് കടയിലെ പണം കൊടുത്തിട്ടില്ല. “ചിട്ടികളുടെ പണം നാളെ മുതലും”. ഒറ്റ ശ്വാസത്തിൽ ദേവകി പറഞ്ഞത് മാഷ് ഗൗനിച്ചതും ഇല്ല. മൃദംഗം ഇടത്തേ തുടയിലേക്ക് കയറ്റി വച്ച് ഒരു പെരുക്ക്.

മാഷ് അങ്ങനെയാ. ഗുരുപകർന്ന ശീലം. അതിരാവിലെ മൃദംഗത്തിൽ വിരലുകൾ പതിഞ്ഞില്ലെങ്കിൽ മാഷിന് ഒരു സുഖവും ഇല്ല .

കുളിച്ചീറനണിഞ്ഞ് പരദേവതകളെ തൊഴുത് തിരിച്ചെത്തുമ്പോൾ ദേവകി കട്ടൻ ചായയുമായി എത്തി.

“ഇന്ന് തന്നെ പോകാം. എന്തൊക്കെയാ വാങ്ങേണ്ടത് എന്ന് ഒരിക്കൽ കൂടി നോക്കൂ”.

“അടുത്ത ദിവസം തൃശൂര് റെക്കോഡിങ് ഉണ്ടേ”.

മാഷ് പറഞ്ഞ് നിർത്തി.

റിട്ടയർ ചെയ്തതിനു ശേഷം വല്ലപ്പോഴും മാത്രം ലഭിക്കുന്നു. കലശലായ കൈ വേദനയും ഈയിടെ ഉണ്ട്.

എങ്കിലും കച്ചേരികളിൽ മാഷിന്റെ സാന്നിദ്ധ്യം. “അതൊന്ന് വേറെ തന്നെ”.

“രാഘവ പൊതുവാൾ മാഷിന്റെ ശിഷ്യനല്ലേ”.

ഗുരുത്വം .

ഇടവഴിയിലൂടെ നടന്ന് റോഡിൽ കയറുമ്പോൾ വലത് ഭാഗത്തായി കേശുവിന്റെ തയ്യൽകടയാണ്. ദേവകിയെ വിവാഹം ചെയ്ത് ഇന്നാട്ടിൽ എത്തിയ നാൾ മുതലുള്ള സൗഹൃദം.

“എന്തൊക്കെയുണ്ടടോ കേശൂ?”

“തയ്യലൊക്കെ എങ്ങനെ?”

മാഷേ കണ്ട സന്തോഷത്താൽ കേശു തുന്നൽ നിർത്തി.

വല്ലപ്പോഴും ചില്ലറ തരുന്നതിനുപരി വയറു നിറയെ ദോശവാങ്ങിത്തരുന്ന പതിവും മാഷിനുണ്ട്.

“ജീവിച്ച് പോകുന്നു മാഷേ. കേശുവിന്റെ വിനീത മറുപടിയും”.

“കൈ വേദനക്ക് ശമനമുണ്ടോ? മാഷേ?”

“ഞാൻ അതൊന്നും വകവയ്ക്കാറില്ലെടോ”.

"ഗുരുവിന്റെ മൃദംഗം പത്താം വയസ്സ് മുതൽ തൂക്കി നടന്ന കഥ തനിക്കറിയാമല്ലോ?"

"മാഷേ ആ കഥ എനിക്ക് തനിയാവർത്തനം അല്ലേ?"

കേശു കുലുങ്ങി ചിരിച്ചു.

അഞ്ചാം തരത്തിൽ പഠിക്കുമ്പോൾ അച്ഛന്റെ വേർപാട് നല്കിയ ആഘാതം ചില്ലറയല്ല. താഴോട്ട് രണ്ട് പെൺകുട്ടികളും. രാഘവ പൊതുവാൾ മാഷിന്റെ ശിഷ്യഗണങ്ങളിൽ പ്രിയപ്പെട്ടവനായി മാറാൻ അധിക സമയം എടുത്തില്ല.

"കൈവിരലുകളിലെ വിസ്മയം" മാഷ് തിരിച്ചറിഞ്ഞു.

മൃദംഗം തോളിലേറ്റാനും ഇസ്തിരയിടാനും എല്ലാം രാമനുള്ള അവകാശം. മാഷിന്റെ കട്ടിലനരികിൽ പായ് വിരിച്ചുള്ള കിടത്തവും. ഇങ്ങനൊയൊരു ഗുരു തന്നെ ഈശ്വരാധീനം.

തിരിച്ചെത്തുമ്പോൾ ദേവകി ഉമ്മറപ്പടിയിൽ കാത്ത് നിൽപ്പുണ്ടായിരുന്നു.

പറഞ്ഞത് പോലെ എല്ലാം ചെയ്തു തീർത്തു. ചിട്ടിപ്പണം അടച്ചിട്ടുമുണ്ട്.

"ചൂട് അസഹ്യം തന്നെ ദേവക്യേ!"

കാലൻ കുട തൽസ്ഥാനത്ത് തൂക്കി ചാരുകസേരയിലേക്ക് ചാഞ്ഞു. വൈകിട്ടുള്ള വണ്ടിക്ക് തൃശൂർക്ക്. "റെക്കോഡിങ്ങ് കഴിഞ്ഞാലുടൻ തിര്യെ പോരണം മാഷേ". "പഴയ ചങ്ങാതിക്കൂട്ടങ്ങളിലേക്ക് ചെന്ന് പെടരുതേ".

പഴയ ആരോഗ്യമല്ല എന്ന് മനസ്സിലാക്കികൊള്ളിൻ. ദേവകി കൂട്ടിച്ചേർത്തു.

അകലെ നിന്ന് നടന്നടുക്കുന്ന രാമൻകുട്ടി മാഷിന്റെ ശിഷ്യഗണങ്ങളെ കണ്ടപ്പോൾ ദേവകി അമ്പരന്നു പോയി.

"എന്താണാവോ പതിവില്ലാതെ?"

രാവിലെ മുതൽ വിളിച്ചിട്ട് മാഷെ കിട്ടുന്നുമില്ല.

വരേണ്ട സമയം പിന്നിട്ടും കഴിഞ്ഞു.

"മാഷെവിടെ ഏട്ടത്തിയേ?"

ശിഷ്യഗണങ്ങളുടെ ഒരുമിച്ചുള്ള ചോദ്യം.

"തൃശൂർ റെക്കോഡിങ്ങിന് പോയതാ".

ഞാനും മാഷെ നോക്കി നില്ക്കുവാ.

"എന്താ കുട്ട്യോളെ കാര്യം?"

"ഏയ് മാഷ് വരട്ടെ".

അകത്ത് കയറി ഇരിക്കാൻ പറയുന്നില്ല. ഇന്നലെ രാത്രീലെ മഴയ്ക്ക് പോയതാ. വെള്ളവും ഇല്ല വെളിച്ചവും ഇല്ല.

ദേവകി പറഞ്ഞ് നിർത്തി.

രാവിലെ മുതൽ മാഷിനെ വിളിക്കണതാ.

“ഇപ്പോഴും സ്വിച്ച് ഓഫാ”. ശിഷ്യരിൽ ഒരാൾ.

“ചങ്ങാതികളുടെ കൂട്ട് ചേർന്നോ?” ആവോ.

ദേവകിയുടെ നെടുവീർപ്പിലെ ഉത്തരം ശിഷ്യർ തിരിച്ചറിഞ്ഞിരുന്നു.

“പതിവില്ലാതെ എന്താണാവോ എന്റെ ശിഷ്യഗണങ്ങളുടെ ആഗമനോദ്ദേശ്യം?”

കാലൻ കുട പിന്നിൽ നിന്ന് എടുക്കവേ മാഷ് ചോദിച്ചു.

“എന്താ മാഷേ?” “രാവിലെ മുതൽ മാറി മാറി വിളിക്കുവാഞങ്ങൾ”.

“ഞാനും”.

ദേവകിയും കൂടി

കീശയിൽ നിന്ന് മൊബൈൽ എടുത്ത് നോക്കുമ്പോൾ. മാഷിന്റെ മുഖത്ത് ചെറുപുഞ്ചിരി.

“അതിനിത് ഓഫാണല്ലോ”. പിന്നെങ്ങെന്നാ വിളിച്ചാ കിട്ടണേ?

“തൃശൂര് വിട്ടപ്പോൾ കൂർക്കംവലി തുടങ്ങിയതാവാം”. ബാക്കിയുള്ളവരുടെ ചിന്ത എത്രത്തോളം പോയെന്ന് ആൾക്കറിയാമോ. ദേവകി പറഞ്ഞുകൊണ്ടിരുന്നു.

“അല്ല കുട്ട്യോളെ പതിവില്ലാതെ ഒരുമിച്ചിറങ്ങിയത്?”

“എന്താ വിശേഷം?” മാഷ് ചോദിച്ചു

“ഹേയ്. ഒന്നുമറിയാത്ത പോലെന്താ മാഷേ”. “ഏട്ടത്തിയും അറിഞ്ഞില്ലേ?”

ശിഷ്യർ ഒരുമിച്ചൊരു ചോദ്യം.

ഒരു മൂക്ക് അടച്ച് പിടിച്ച് പൊടി വലിച്ച് കയറ്റുന്നതിനടയിൽ തല കുലുക്കി അറിയില്ലെന്നും മാഷും. താടിക്ക് കൈ കൊടുത്ത് ഏട്ടത്തിയും.

“പറയിനെടാ പിള്ളേരെ”. മാഷ് വീണ്ടും.

മാഷെ അങ്ങയുടെ ഗുരു പ്രസാദിച്ചിരിക്കുന്നു.

രാഘവ പൊതുവാൾ മാഷിന്റെ പേരിൽ നല്കുന്ന പ്രഥമ സർക്കാർ പുരസ്ക്കാരം മാഷിനാണ്. ടി.വി.യിൽ ഉച്ചമുതൽ കാണുന്നുണ്ട്.

“ഓഹോ. എന്നോടാരും പറഞ്ഞില്ലല്ലോ?”

“അതെങ്ങനാ മാഷിന്റെ മൊബൈൽ ഓഫായിരുന്നല്ലോ.” ദേവകി ഉത്തരം നല്കി

“നീയോ”. മാഷ് ദേവകിയിലേക്ക് തിരിഞ്ഞു .

“ഏയ്. ഇന്നലെ പോയതല്ലെ വെളിച്ചം”.

ഗുരുവിന്റെ പേരിലുള്ള പുരസ്ക്കാരം എനിക്കോ?. മാഷ് ചെറുതായി തല ചൊറിഞ്ഞു.

“മാഷിനല്ലാതെ പിന്നാരാ അർഹൻ?”

ശിഷ്യർ ഒരുമിച്ച് ഉത്തരം നല്കി.

ഗുരുപൂജയ്ക്കുള്ള പുരസ്ക്കാരം.

ദേവകി കൂട്ടി ചേർത്തു.

അകത്തേക്ക് പോയ മാഷിനെ കണ്ടില്ലല്ലോ? ശിഷ്യർ തിരക്കി.

ദാ ആ മുറിയിൽ ഉണ്ടാകും. ആ കണ്ണുകൾ നിറഞ്ഞത് നിങ്ങൾ കണ്ടില്ലേ?

മൃദംഗത്തിൽ മുഖം ചേർത്ത് വിതുമ്പുന്ന മാഷിനെ ശിഷ്യർ പിന്നിൽ നിന്നും കണ്ടു.

“മാഷ് അങ്ങനെയാ”. ഗുരു പാദങ്ങളിൽ സമർപ്പിച്ച ജീവിതമാ മാഷിന്റേത്. ദേവകി പറഞ്ഞു.

മുഖമുയർത്തിയ മാഷ് കൈകൾ കൂപ്പിനില്ക്കുന്ന ശിഷ്യരെ കണ്ടു.

സന്തോഷത്തിന്റെ നെടുവീർപ്പുകളും

കാമ്പസ് കാഡ്ബറീസ്

കായൽക്കരയിൽ നിന്ന് വിദൂരതയിലേക്ക് കണ്ണും നട്ട്, കുറച്ച് നേരം അവർ നിന്നു.

കാഴ്ചകൾക്കൊപ്പം കായലിലെ കന്നി ഓളങ്ങളും തെന്നി മാറുന്നപോലെ.

വെൺപിറാവുകൾക്കണക്കെ വെള്ളിമേഘ ചിന്തുകൾ നീലാകാശത്ത് ഓടിയകലുന്നു.

കായൽവരമ്പത്തെ കണ്ടൽക്കാടുകൾ നിർന്നിമേഷം സാക്ഷി കണക്കെ.

"വാകമര തണൽ അവർക്ക് കുട കണക്കെ".

മീനച്ചൂടിലും പടിഞ്ഞാറൻ കുളിർ കാറ്റ്, അശ്വാസ തലോടലായ് .

"എത്ര നാളായെടാ?"

"നീ എന്നെ പറഞ്ഞ് കബളിപ്പിക്കുന്നു".

"ഇന്ന് വരാം നാളെ വരാം എന്നൊക്കെ"

"എത്രയോ തവണ". അവൾ ചോദിച്ചു

അവന്റെ ചുണ്ടിൽ ഒളിച്ചിരുന്ന പുഞ്ചിരി അവൾ തിരിച്ചറിഞ്ഞു.

രാവിലെ മുതൽ നീ ബൈക്കിൽ കറക്കിയതല്ലാതേ.

"എവിടെ നിന്റെ വാട്സ്അപ് വാഗ്ദാനം?"

അവൻ ചൂളിപ്പോയി.

"തരൂ. താടാ. എനിക്ക് ഇപ്പോൾ തന്നെ വേണം".

"നോക്കൂ. നാം എവിടെയാണെന്ന് അറിയുമോ?"

അവൻ ചോദിച്ചു

"ഈ കായൽക്കരയിൽ നീ ആരെയാ പേടിക്കുന്നത്?"

കണ്ണടച്ച് തന്നോളൂ

തരൂ... അവൾ വീണ്ടും.

അവളുടെ അധരങ്ങളിലേക്ക് നിവേദ്യമായ് അവൻ ഒരു മുത്തം നല്കി. അവളുടെ കണ്ണുകൾ കൂമ്പിയത് അവൻ നോക്കി നിന്നു.

"നിന്റെ കൈകൾ വിറച്ചോടാ?"

അവൾ പൊട്ടിച്ചിരിച്ചു.

"എന്തൊക്കെയാ നീ വാട്സ്അപിൽ തട്ടി വിടുന്നത്?"

"ഞാൻ നിനക്ക് രാസാത്തിയാണല്ലേ?"

എന്റെമ്മോ. എന്നാ സുഖിപ്പിക്കലാ......

കേൾക്കാൻ എന്നാ സുഖം.

"ദേ പെണ്ണേ. എന്നെ ദേഷ്യം പിടിപ്പിക്കല്ലേ".

"കറങ്ങാൻ കൊണ്ട് പോയതും പോരാ".

അവൻ പറഞ്ഞു.

"എന്താടാ? ദേഷ്യം വരുമ്പോൾ നിന്നെ കാണാൻ എന്നാ ശേലാ"....

"ദേ. നിന്റെ മൂക്ക് ഉയർന്ന് ചുവന്ന് തുടുക്കുന്നു". അവൾ കുലുങ്ങി ചിരിച്ചു.

അവൾ ഒരു കാഡ്ബറീസ് എടുത്ത് നീട്ടി.

അവന്റെ ചുണ്ടുകൾക്കിടയിലേക്ക് തിരുകി.

"ദേ, ഞാനങ്ങ് കടിച്ചെടുക്കുമേ".

അവൾ അവന്റെ അടുക്കലേക്ക് ചേർന്ന് നിന്നു.

വാകമരത്തിൽനിന്ന് രണ്ട് വെള്ള കൊക്കുകൾ കായൽപ്പരപ്പിലേക്ക് പറന്നടുത്തത്

അവൾ ചൂണ്ടിക്കാട്ടി.

ബൈക്കിൽ അവന്റെ പുറകിൽ അവൾ ചേർന്നിരുന്നു.

"വിടെടാ വണ്ടി ഫോർട്ട് കൊച്ചി ബീച്ചിലേക്ക്".

അല്പം കടൽക്കാറ്റ് കൂടി നമുക്കാസ്വദിയ്ക്കാം.

എന്നിട്ടെ ഞാനിന്ന് നിന്നെ വിടൂ.

അവളുടെ ചുരുണ്ട് ഇടതൂർന്ന മുടിയിഴകൾ കാറ്റിൽ അലസമായ് പറന്നുയർന്നു.

പടിഞ്ഞാറൻ കാറ്റ് വേനലിനെ നിഷ്പ്രഭമാക്കാൻ കണക്കെ വീശിയടുക്കുന്നു.

"ഇനി എന്നാ നിന്റെ വരവ്?"

"എത്ര നാൾ അല്ലേ?"

അവൾ ചോദിച്ചു.

"ദേ. എന്റെ കഴുത്തിൽ ഉടൻ മിന്ന് വീഴും".

"അതോടെ നിന്റെ മുത്ത് ചിപ്പിക്കുള്ളിൽ മറയും".

അവൾ പൊട്ടിച്ചിരിച്ചു.

കടൽക്കരയിലൂടെ കൈകൾ കോർത്ത് അവർ മെല്ലെ നടന്ന് നീങ്ങി.

കാമ്പസ്സിലെ ജീവിതം എനിക്ക് ഇനിയും മതിയായിട്ടില്ല.

"എത്ര പെട്ടെന്നാ നാല് വർഷം പോയത് അല്ലേ?"

നീ ഓർക്കുന്നുവോ?

എന്നെ ആദ്യമായ് കണ്ടത്.

ഇടനാഴികളിൽ എത്രനേരമാ നിന്നോടൊപ്പം സംസാരിച്ച് നിന്നിട്ടുള്ളത്.

നീ ഒന്നും മിണ്ടാതെയും.

എല്ലാ ഉത്തരങ്ങളും ഒരു ചിരിയിലൊതുക്കി നിന്റെ മറുപടിയും.

"പിശുക്കനാ നീ".

"സ്നേഹം പ്രകടിപ്പിക്കാൻ അറിയാത്ത ശുംഭൻ".

എന്നിട്ടോ, ദൂരെ എവിടെയെങ്കിലും ചെന്നിരുന്ന് വാട്സ് അപ് വചനങ്ങളും

അവൾ പറഞ്ഞുകൊണ്ടേയിരുന്നു.

"സത്യത്തിൽ നാം എന്തിനാ ഇത്രയും അടുത്തത്?"

അപ്പച്ചൻ ഒരു യാഥാസ്ഥിക ക്രിസ്ത്യാനി .

കാനഡയിൽ എനിക്കൊരാളേയും കണ്ടുവച്ചിട്ടുണ്ട് എന്നാ കേൾക്കണേ.

"പിന്നെ നിനക്കോ?" ഒട്ടും ധൈര്യവും ഇല്ല.

എങ്കിലും നീ എനിക്ക് ഒരു തണലായിരുന്നു. ഒരു സ്നേഹ തണൽ

അത് മതി എനിക്ക്.

വാ, നമുക്ക് ആ പാർലറിൽ പോയി ഒരു ഐസ്ക്രീം കഴിച്ചാലോ.

അലിഞ്ഞ് തീരട്ടെ നമ്മുടെ പ്രണയം, അല്ലേ?

“എവിടെയാ നീ എന്നെ വിടുന്നേ?”

കുറച്ച് നേരം കൂടി എനിക്ക് നിന്നോടൊപ്പം യാത്ര ചെയ്യണം. കാക്കനാട് വരെ.

എനിക്ക് ഹോസ്റ്റലിലേക്ക് പോകാമല്ലോ.

അവൾ ഇരു കരങ്ങളും അവന്റെ കഴുത്തിലേക്ക് കോർത്തിട്ടു. നിനക്ക് ഞാൻ എത്ര കാഡ്ബറീസാ വാങ്ങി തന്നിട്ടുള്ളത് .

പരീക്ഷാ ഹാളിൽ പോലും ഞാൻ എത്തിച്ചിട്ടുണ്ട്.

ഒടുവിൽ കാഡ്ബരീസ് പെയർ എന്ന പേരും വീണു.

“അതൊക്കെ എത്ര രസമായിരുന്നു അല്ലേ?”

എന്റെ അവധിക്കാലം പോലും ഹോസ്റ്റലിൽ ആയിരുന്നു.

നീ ആയിരുന്നു എന്റെ ആശ്വാസം .

നിനക്കൊപ്പം ചിലവഴിച്ച സമയം.

“നീ അറിഞ്ഞോ?”

അഞ്ച് വർഷത്തിന് ശേഷം അപ്പച്ചനും അമ്മച്ചിയും നാട്ടിൽ എത്തുവാ.

എന്നെയും കൊണ്ട് പറന്നകലുവാൻ.

“നീ എന്നാ ഒന്നും മിണ്ടാത്തേ?”

കൈ പുറകോട്ടാക്കി അവൻ അവളുടെ മുഖത്ത് മെല്ലെ തലോടി.

“ദേ ചെക്കാ സൂക്ഷിച്ചോടിക്ക്”.

“അഭ്യാസം വേണ്ടട്ടോ”.

ദാ. ആ ലൈറ്റ് പോയന്റിൽ നിന്നും ലെഫ്റ്റ് കട്ട് ചെയ്യൂ....

എന്നെ മാവേലിപുരത്ത് ഇറക്കിയാൽ മതി. അവിടെ നിന്ന് ഞാൻ നടന്ന് പൊയ്ക്കോളാം.

ബൈക്കിൽ നിന്നറങ്ങി അവൾ അവന്റെ മുന്നിലേക്ക് നീങ്ങി നിന്നു.

“ഞാൻ പോട്ടെടാ”.

“നീ എന്നാ ബാംഗ്ലൂർക്ക് തിരികെ? അവൾ ചോദിച്ചു”.

“നാളെ രാവിലത്തെ ഫ്ലൈറ്റിന്”

“സത്യത്തിൽ നിനക്ക് വിഷമം ഇല്ലേ?”

എനിക്കെന്തായാലും നിന്നെ മിസ്സ് ചെയ്യും.

അവൻ പറഞ്ഞു.

“ഏയ് കമോൺ മാൻ”.

എവിടെ ആയാലും ഞാൻ നിന്റെ കൂടെ ഇല്ലേ? നിന്നെ ഇങ്ങനെ ടീസ് ചെയ്യാൻ. പോട്ടെടാ. ബാഗിൽ നിന്ന് ഒരു പിടി കാഡ്ബറീസ് എടുത്തവൾ നീട്ടി.

അവൾ കൈ വീശി നടന്നകന്നു.

ജോലിക്കിടയിൽ അവളുടെ വാട്സ്അപ് സന്ദേശം അവൻ കണ്ടു.

"നാളെ ഞാൻ കാനഡയ്ക്ക് പറക്കുന്നു. നീ എന്തെടുക്കുന്നു?"

"തിരക്കാണോ?"

ഉം...... അവൻ തിരികെ മറുപടി നല്കി.

"ഐ.ടി.ക്കാരന്റെ തിരക്ക് അറിയാമല്ലോ?"

അല്ലേലും "നിനക്കെന്നും തിരക്കല്ലേ?" എന്നെ ഒന്ന് കേൾക്കാൻ പോലും സമയമില്ല. അവൾ വീണ്ടും.

"നീ എന്നെ ഓർക്കുമോ?" അവൻ ചോദിച്ചു.

ഇല്ലെടാ. ഒരിക്കലും ശ്രമിക്കില്ല. പോരെ?

പിന്നെ, നിനക്ക് ഞാൻ ഒരു പാർസൽ അയച്ചിട്ടുണ്ട്. അടുത്ത ഞായർ നിന്റെ ബർത്ത് ഡേ അല്ലേ?

ഉം. കാഡ്ബറീസ്. അല്ലേ?

അതെ ടാ. നിനക്കായ് ഒരിക്കൽ കൂടി ബൈ..... ബൈ......

ബൈ.

കാഡ്ബറീസ് പോലെ നീയും എന്നിൽ അലിഞ്ഞു ചേർന്നു..

ബൈ, കാണാം അവനും മറുപടി നല്കി

നാളുകൾക്ക് ശേഷം കാനഡയിൽ നിന്ന് അവളുടെ സന്ദേശം എത്തി.

"എടാ. ഞാൻ അപ്പച്ചനെയും അമ്മച്ചിയെയും പറഞ്ഞ് ധരിപ്പിച്ച് സമ്മതം വാങ്ങി".

എനിക്ക് നീയില്ലാതെ ജീവിക്കാൻ സാധിക്കില്ല. നമുക്ക് ജീവിതത്തിലും ഒരുമിക്കാം.

"അപ്പച്ചൻ നിനക്കായ് വിസയും റെഡിയാക്കിയിട്ടുണ്ട്. നീ വരുമോ?"

കുറച്ച് നേരത്തിന് ശേഷം അവൾക്കാ മറുപടി കിട്ടി.

ഞാൻ വരും.

എന്റെ മാതാപിതാക്കളുടെ അനുവാദം എന്നേ എനിക്ക് ലഭിച്ചതാണ്.

നിന്റെ ഈ സന്ദേശത്തിനായി ഞാൻ എന്നേ കാത്തിരിക്കുന്നു.

ഞാൻ വരും. ഇത്തവണ നിനക്കായ്, കാഡ്ബറീസുമായി.

മധുരനൊമ്പരങ്ങൾ

കോഴിക്കോട്നിന്ന് പ്രാതലും കഴിച്ച് കയറിയതാണ് സൂപ്പർഫാസ്റ്റിൽ.

അധിക ദൂരം പിന്നിട്ടിട്ടില്ല.

ഇനിയും ആറ് മണിക്കൂർ.

മാനന്തവാടിയിൽ നിന്ന് അതിരാവിലെ പുറപ്പെടുമ്പോൾ മകരമഞ്ഞ് നല്കിയ കുളിര്, വിട്ട് തുടങ്ങി. മനസ്സും ശരീരവും പതുക്കെ ചൂടുപിടിച്ച് തുടങ്ങിയിരിക്കുന്നു. മുപ്പത്തിയാറ് വർഷ ങ്ങൾക്ക് ശേഷം നാട്ടിലേക്കുള്ള യാത്ര. ഉറ്റവരെല്ലാം വിട്ടകന്ന പ്പോളും ഈ യാത്ര മനഃപൂർവ്വം ഒഴിവാക്കിയിരുന്നു.

"ഈ യാത്ര അത്രമേൽ പ്രിയപ്പെട്ടതാണ്"..

"ദൂരെ നിന്നെങ്കിലും ഞാൻ അവനെ ഒരിക്കൽ കാണും". വിലാസിനിക്ക് നൽകിയ വാക്കുകൾ മനസ്സിൽ പല തവണ എഴുതി പഠിച്ചിരുന്നു.

അതെ..

ഞാൻ നാളെയെത്തും.

"ദൂരെ നിന്ന് ഞാൻ അവനെ കണ്ടോളാം"..

കൂടെ എന്റെ വിലുവിന്റെ മുഖവും.

അത്രമാത്രമായിരുന്നു കഴിഞ്ഞയാഴ്ച വിലാസിനിക്ക് ഇൻലൻഡിൽ നല്കിയ മറുപടി.

ആ മറുപടിയ്ക്കായി ഈ യാത്രയും തുടങ്ങുന്നു.

മനസ്സിൽ വിലുവിൻെറ മുഖം തെളിഞ്ഞ് വന്നു. വർഷങ്ങൾ കടന്ന് പോയിട്ടും
അവളുടെ മുഖത്ത് പ്രായം തോന്നിക്കുന്നില്ല.

"വിജയേട്ടൻ എന്നും എന്നോടൊപ്പം ഉണ്ടാകും... മരണമില്ലാതെ".. "എനിക്ക് പ്രായം സമ്മാനിക്കാതെ". ഒരിക്കൽ അവൾ പറഞ്ഞതോർക്കുന്നു.

കുട്ടിക്കാലം മുതൽ കളിച്ച് വളർന്നതാണ്. വിജയേട്ടനെ ചുറ്റിപ്പറ്റിയെ എനിക്ക് ജീവിതം ഉള്ളൂ.. എന്നൊരിക്കൽ അവൾ പറഞ്ഞപ്പോളാണ് പ്രണയത്തിന്റെ പാതയിലേക്ക് അറിയാതെ നീങ്ങിയത്..

വിലുവിന്റെ സമ്പന്നത നിറഞ്ഞ കുടുംബ പാരമ്പര്യം എപ്പോഴും ചൂണ്ടിക്കാട്ടിയിരുന്നു.

"ഒരു സർക്കാർ ജോലി വിജയേട്ടൻ നേടിയെടുക്കു".

എന്റെ വീട്ടുകാർ തീർച്ചയായും സമ്മതിക്കും.

അവൾ എന്നും ഓർമ്മിപ്പിച്ചിരുന്നു.

ഒടുവിൽ വിലു സർക്കാർ ജോലി നേടിയപ്പോളും. ശ്രമം തുടർന്നോണ്ടെ ഇരുന്നു.

ഒടുവിൽ ഗത്യന്തരമില്ലാതെ മാനന്തവാടിയ്ക്ക്... അകന്ന ബന്ധുവഴി എസ്റ്റേറ്റിലൊരു ജോലിയും.

വീട്ടുകാരുടെ നിർബന്ധത്തിന് വിവാഹിതയാകുമ്പോളും, വിലു എഴുതിയത് ഓർമ്മിക്കുന്നു.

"ഞാനെന്നും വിജയേട്ടന്റേത് മാത്രം ആയിരിക്കും".

"എന്നും എപ്പോഴും"..

കുറ്റിപ്പുറം പാലത്തിലൂടെ ബസ്സ് പോകുമ്പോൾ നിളയിലേക്ക് കണ്ണുകൾ നോട്ടമിട്ടു.

അങ്ങിങ്ങ് ജലാശയങ്ങൾ മാത്രം. മണൽപ്പരപ്പ് ഏറെയും. വറ്റി

വരണ്ട് കൊണ്ടേയിരിക്കുന്ന നിള. "പ്രായം എന്റെ മനസ്സിനെ എന്നത് പോലെ"... വിജയൻ അറിയാതെ പറഞ്ഞുവോ?

വിലുവിന്റെ എഴുത്തുകളിലെന്നും പരിഭവങ്ങളായിരുന്നു.

"ഒരിക്കലെങ്കിലും എന്നെ കാണാൻ വന്നൂടേ?"

"എന്നെ കാണണമെന്ന് തോന്നാറില്ലേ?"

"അതോ? മാനന്തവാടിയിൽ മറ്റാരെങ്കിലും വിജയേട്ടന്റെ മനം കവർന്നോ?"

ഒരു ദിവസം ഞാൻ അങ്ങോട്ട് വരും..

അങ്ങനെയൊക്കെ എഴുതി തുടരുന്നതിനിടയിലാണ് വിലു കോഴിക്കോട് ട്രെയിനിംഗിനായി എത്തിയത്.

വിലുവിന്റെ നിർബന്ധത്തിന് വഴങ്ങി കോഴിക്കോട്ടേക്കും ....

കൈകൾ കോർത്ത് കടൽക്കരയിലൂടെ നടക്കുമ്പോൾ വിലു കെഞ്ചിക്കൊണ്ടേ ഇരുന്നു.

"വിജയേട്ടാ"..

നാളെ വൈകിട്ട് ഞാനങ്ങ് പോകും.

ഈ രാത്രി നമ്മൾ ഒരുമിച്ച് .

"എന്റെ ഈ ജൻമത്തിന് നിറം പകരണമെങ്കിൽ വിജയേട്ടൻ കനിയണം"...

ഞെട്ടി എഴുന്നേറ്റ വിജയൻ വണ്ടി തേക്കിൻകാട് മൈതാനിക്ക് വലം വയ്ക്കുന്നത് തിരിച്ചറിഞ്ഞു.

മനസ്സിൽ ആ രാത്രിയും വലം വയ്ക്കുന്നു.

"നിറം പകർന്ന ആ രാത്രിമഴയെക്കുറിച്ച് എന്തെക്കെയോ മൊഴിയുവാനായി"...

"അവൻ വളർന്നു വിജയേട്ടാ"..

നമ്മൾ ഒരിക്കൽ സ്വപ്നം കണ്ടതുപോലെ....

"അവനിപ്പോൾ സിവിൽ സർവ്വീസ് അക്കാദമിയിലാ"...

വിലുവിന്റെ എഴുത്തിലൂടെ ആ സന്തോഷ വാർത്തെ തിരിച്ചറിഞ്ഞപ്പോൾ പിന്നിട്ട കാലങ്ങളിലേക്കും അറിയാതെ സഞ്ചരിച്ചു.

ഒരിക്കൽപോലും അവനെ കാണാൻ കഴിഞ്ഞിട്ടില്ല എന്ന കുറ്റം ബോധം വേട്ടയാടുമ്പോഴും, അവന്റെ ചിരിയും. കുസൃതിയും, കരച്ചിലും എല്ലാം വിലു എഴുത്തിലൂടെ നേർക്കാഴ്ചകളായി സമ്മാനിച്ചിരുന്നു.

വിജയേട്ടന്റെ ഗൗരവവും അപൂർവമായി ഉദിക്കുന്ന ചിരിയുമെല്ലാം അവനിലുണ്ടെന്നും വിലു സമർത്ഥിച്ചിരുന്നു. എന്നും നല്ലത് വരുത്തണമേ എന്ന് മനസ്സിൽ പ്രാർത്ഥിക്കുമ്പോളും കൺകോണുകളിലെ ആർദ്രത മാത്രം മൂകസാക്ഷിയായ്...

വണ്ടി പെരിയാറിനു മുകളിലൂടെ ഓടുന്നു. ഇനി ആലുവയും കടന്ന് അരമണിക്കൂറിനുള്ളിൽ ഇടപ്പള്ളി.

സാംസ്ക്കാരിക വേദിയുടെ കവാടത്തിന് മുന്നിലെ കൂറ്റൻ ബാനറിന് മുന്നിൽ വിജയൻ അല്പനേരം നിന്നു. ആദരവ് ഏറ്റ് വാങ്ങുന്ന സിവിൽ സർവ്വീസ് വിജയികളുടെ ചിത്രത്തിലേക്ക് കണ്ണുകൾ പരതി. അതിലൊരാൾ തന്നെ നോക്കി ചിരിക്കുന്ന പോലെ.

"അതെ. അവൻ തന്നെ"..

"വരുൺ".

ഒരു നിമിഷം കണ്ണുകൾ കോർത്ത് നിന്നപോലെ.

വിജയന്റെ കണ്ണുകൾ വീണ്ടും ആർദ്രമായ്.

വേദിയിൽ ഒരുക്കങ്ങൾ തുടരുന്നു.

ഏറ്റവും പുറകിലെ സിമന്റ് ബഞ്ചിൽ പോയി ഇരുന്നു.

ചുമലിൽ പതിഞ്ഞ കൈകൾ വിജയന്റെ ശ്രദ്ധ പുറകിലേക്ക് തിരിച്ചു.

"വിലു"....

ഇതാണ് വിജയേട്ടൻ.

"ഞാൻ പറയാറില്ലേ... മംഗലത്തെ"...

"എന്റെ കളികൂട്ടുകാരൻ".

"വർഷങ്ങൾക്ക് മുൻപ് നാട് വിട്ടതാ"..

വിലു ഒറ്റ ശ്വാസത്തിൽ ഭർത്താവിനെ പരിചയപ്പെടുത്തി.

മോൻ മുൻ നിരയിലുണ്ട്.

"വരൂ വിജയേട്ടാ. മുൻ നിരയിലേക്ക് വരൂ"...

"വിലു വീണ്ടും"...

വേണ്ട. ഞാൻ ഇവിടെ ഇരുന്നോളാം.

പ്രോഗ്രാമിന് ശേഷം കാണാം. വിലുവിന്റെ മോനെയും.

വിജയൻ പറഞ്ഞ് നിർത്തി.

ഭർത്താവുമൊത്ത് മുന്നോട്ട് നീങ്ങിയ വിലു തിരിഞ്ഞ് നോക്കി കണ്ണുകളിലൂടെ പറയുന്നത് പോലെ

"നമ്മുടെ മോൻ എന്ന് പറയൂ വിജയേട്ടാ"..

അനുമോദന ചടങ്ങുകൾക്ക് ശേഷം വരുൺ തന്റെ അടുത്തേക്ക് വരുന്നത് വിജയൻ വീക്ഷിച്ചു.

അവന്റെ നടപ്പും ഭാവവും എല്ലാം കൗതുകത്തോടെ അയാൾ വീക്ഷിച്ചു.

അടുത്തെത്തിയ വരുണിന്റെ കൈകൾ പുണർന്നു.

"നന്നായി വരട്ടെ അയാൾ മന്ത്രിച്ചു".

ഇന്നലെ രാത്രി അമ്മ വളരെ വൈകി ഒരു കഥ സമ്മാനിച്ചു.

"ഉറങ്ങാത്ത ഒരു രാത്രിയെ കുറിച്ച് തീരെ ഉറങ്ങാതെ".

വരുൺ പറഞ്ഞ് തുടങ്ങി.

"അമ്മ എത്രത്തോളം ഈ കളിക്കൂട്ടുക്കാരനെ സ്നേഹിക്കുന്നു, ആരാധിക്കുന്നു".

എന്നൊക്കെ ഞാൻ തിരിച്ചറിഞ്ഞു.

"ഞാൻ നേടിയെടുത്ത ഈ വിജയം ഈ കളിക്കൂട്ടുകാരനും അവകാശിയാണല്ലേ?..."

വരുൺ പറഞ്ഞ് കൊണ്ടേ ഇരുന്നു.

"എനിക്ക് എന്റെ അമ്മയെ ഒത്തിരി ഇഷ്ടമാ"..

"അമ്മയുടെ ഇഷ്ടങ്ങളെയും"..

വരുൺ പറഞ്ഞ് നിർത്തി.

അങ്ങകലെ വിലുവിന്റെ കണ്ണുകളിൽ വിടർന്ന സന്തോഷം വിജയൻ തിരിച്ചറിഞ്ഞു.

"മോനെ"..

അയാൾ ആദ്യമായ് വിളിച്ചതും വിലു കേട്ടുവോ?

ഗൂഗിൾ മീറ്റിലെ "ഗുല്ലികൾ"

കുറച്ച് ദിവസങ്ങളായി മത്തായിയും സുഹൃത്തുക്കളും ഗൂഗിൾ മീറ്റിന്റെ ചർച്ചയിലാണ്. ലിങ്ക് ഏവർക്കും അയച്ചു കൊടുത്തു എന്നാണ് ഇന്നലെയും സതീഷ് പറഞ്ഞത്. കലാലായ സൗഹൃദങ്ങളെ കാണാനും കേൾക്കാനും ഉള്ള അവസരം. മൂന്ന് തവണ ഒത്തുകൂടുവാൻ ഒരുക്കങ്ങൾ പൂർത്തിയാക്കിയതാണ്. ലോക്ക് ഡൗണും കൊറോണയും എല്ലാം തകിടം

മറിച്ചു. എങ്കിലും പരസ്പരം കാണണം കേൾക്കണം. സതീഷിന്റെ നിർദ്ദേശം എല്ലാവരും മാനിച്ചു. അടുത്ത പത്താം തീയതി ഉച്ചകഴിഞ്ഞ് 3.30ന്.

ആദ്യമായി പങ്കെടുക്കുന്നവർക്ക് സതീഷ് നേരിട്ട് കാര്യവിവരങ്ങൾ ധരിപ്പിക്കുന്നുമുണ്ട്. എല്ലാവരും റിട്ടയർമെന്റ് കഴിഞ്ഞ് നില്ക്കുന്ന പ്രായം.

പതിനേഴിൽ നിന്ന് അൻപത്തിയാറിലേക്കുള്ള പ്രയാണം കാഴ്ചവെച്ച മാറ്റങ്ങളും നേർക്കാഴ്ചകളും. കലാലായ സൗഹൃദങ്ങൾ ആകാംഷയിലും അതിലുപരി ആഹ്ലാദത്തിലുമാണ്. മത്തായിയുടെ വീടും ഇപ്പോൾ ഗൂഗിൾ മീറ്റ് ചർച്ചയിലാണ്.

സാറാമ്മയ്ക്ക് സദാ സമയം ഗൂഗിൾ മീറ്റിന്റെ വിവിധ വശങ്ങൾ സമ്മാനിക്കുകയാണ് മത്തായി. 38 വർഷങ്ങൾക്ക് ശേഷം ഏവരെയും ഒരേ സമയം കാണാനും കേൾക്കാനും കഴിയുമെന്ന് കേട്ടിട്ടാകണം സാറാമ്മ ആശ്ചര്യപ്പെട്ടത്.

"ഇത് ഒരു സംഭവമാണല്ലേ"...

"അച്ചായാ"..

സാറാമ്മ പറഞ്ഞു. ഞങ്ങടെ ജോണിക്കുട്ടിയെ ഒന്ന് വിളിക്കണം. "ഈ സംഭവം ഞങ്ങൾക്കും ആകാമല്ലോ?"

സാറാമ്മ കൂട്ടി ചേർത്തു.

"അച്ചായന്റെ മുഖത്ത് എന്താ ഒരു സന്തോഷ കുറവ്?"

ഗൂഗിൾ മീറ്റിനെ കുറിച്ചൊക്കെ പറയുന്നതല്ലാതെ ഒരു ത്രില്ലൊന്നും കാണുന്നില്ലല്ലോ? ഞാനാണെങ്കിൽ ഭയങ്കര ത്രില്ലില്ലുമാണ്.

ജോണിക്കുട്ടി ഞങ്ങളുടെ ബാച്ചിന്റെ ഉടൻ സംഘടിപ്പിക്കുന്നുണ്ടെന്നാ പറഞ്ഞത്.

സാറാമ്മ പറഞ്ഞ് കൊണ്ടേ ഇരുന്നു.

എന്നിട്ട് വേണം കുന്നും പുറത്തെ സണ്ണിയെ ഒന്ന് കാണാൻ .. അവന്റെ കോലം ഒക്കെ മാറിക്കാണും.

അങ്ങ് കാനഡയിൽ ആണെന്നാ കേട്ടത്..

"നിനക്കെന്നാ സാറാമ്മേ അവനെ കാണാൻ മാത്രം ഇത്ര പൂതി?"

ഇടക്ക് മത്തായിയുടെ ചോദ്യം.

"അത് പിന്നെ അവനെന്റെ പുറകെ എത്ര നാൾ നടന്നതാ"..

"പള്ളീലും കോളേജിലും ബസ് സ്റ്റോപ്പിലും എല്ലാം എന്റെ പുറകെ കൂടും"..

ഗൂഗിൾ മീറ്റിൽ എന്നെ കണ്ടാൽ അവന്റെ വളിച്ച ചിരിയൊന്ന് കാണാം..

സാറമ്മ പറഞ്ഞു.

"നിങ്ങടെ മുഖത്തും ഒരു വളിച്ച ചിരിയിപ്പോൾ കണ്ടല്ലോ?"

"അതെന്നാത്തിനാ?"

മത്തായി ഇത് കേട്ടിട്ടാകണം, അറിയാതെ ഒന്ന് ഞെട്ടി

മനസ്സിൽ ഇന്ദിരയുടെ മുഖം അറിയാതെ തെളിഞ്ഞ് വരുന്നു.

കർത്താവേ.. അവളും ഗൂഗിൾ മീറ്റിൽ വരുമല്ലോ?

"കർത്താവേ... ഈ അച്ചായനെന്താ മാറ്റം"..

"നിങ്ങക്കെന്നാ പറ്റി അച്ചായാ?"

"കൂട്ടുകാരെ കാണാൻ പോകുമ്പോൾ സന്തോഷം അല്ലേ മുഖത്ത് തെളിയേണ്ടത്?"

"നിങ്ങടെ മനസ്സ് ഇവിടൊന്നും ഇല്ലേ?"

സാറാമ്മ വിടണ ലക്ഷണം ഇല്ല ..

"ഗൂഗിളിൽ വല്ല ഗുഗ്ലിയുമുണ്ടോ ആവോ?"

അതെന്നാ സാറാമ്മേ "ഗുഗ്ലി?"

നിങ്ങൾ ക്രിക്കറ്റിന്റെ മുന്നിലിരുന്നിട്ടും ഗുഗ്ലി അറിയില്ലേ മനുഷ്യാ..

കഴിഞ്ഞ വാരാന്ത്യ പതിപ്പിൽ ഉണ്ടായിരുന്നു.

ഇന്ത്യ കണ്ട സ്പിൻ ത്രയങ്ങളെ കുറിച്ച്.

ചന്ദ്രശേഖറിന്റെ ഗുഗ്ലികൾ ഇംഗ്ലിഷ്കാരെ വട്ടം കറക്കുമായിരുന്നത്രെ..

അത് പോലെ ഗൂഗിൾ മീറ്റിൽ അച്ചായൻ വല്ല ഗുഗ്ലിയെ പേടിക്കുന്നുണ്ടോ?

കേട്ടിട്ടാകണം മത്തായി വീണ്ടും ഞെട്ടി..

അതെ..

"ഇന്ദിര ഗുഗ്ലിയുമായ് വരുമോ ആവോ?"

സതീഷും അജിത്തുമൊക്കെ മാറി മാറി വിളിക്കുന്നുണ്ട്.

മത്തായി നീ എല്ലാവരെയും ഒരിക്കൽ കൂടി വിളിച്ച് പറയുക. എല്ലാവരും മീറ്റിൽ പങ്കെടുക്കണം.

അതാണ് നമ്മുടെ ലക്ഷ്യം. നാളെ 3.30 ന് തന്നെ.

സതീഷ് ഒരിക്കൽ കൂടി ആവർത്തിച്ചു.

മത്തായിയുടെ മനസ്സിൽ ഇടക്ക് ഗുഗ്ലി കടന്ന് വന്നു.

ഫൈനൽ പരീക്ഷകൾ നടക്കുന്ന കാലഘട്ടം.

അന്ന് കെമിസ്ട്രി പ്രാക്ടിക്കൽ ആയിരുന്നു. പുറത്ത് ബഞ്ചിന് മുകളിൽ അടുക്കി വച്ചിരിക്കുന്ന പ്രാക്ടിക്കൽ ബുക്കുകൾ. ഗുരുവായൂരപ്പന്റെ പടം പുറംചട്ടയിൽ ഒട്ടിച്ചത് ഇന്ദിരയുടെത് തന്നെ..

സതീഷ് കൂട്ട് നിന്നു.

ആരും കാണാതെ ആണ് പ്രണയലേഖനം പ്രാക്ടിക്കൽ ബുക്കിനുള്ളിൽ വച്ചത്.

പ്രാക്ടിക്കൽ പൂർത്തിയാക്കാതെ അന്ന് കോളേജും വിട്ടു.

അടുത്ത ദിവസം ഇന്ദിരയുമായി നേർക്ക് നേർ വന്നതും മത്തായി ഓർത്തു.

"ഇന്നത്തെ പ്രാക്ടിക്കൽ കഴിഞ്ഞ് ഒന്ന് കാണണേ".

ഇന്ദിര സൂചിപ്പിച്ചു.

"ദാ ആ ഗോവണിക്കരികിൽ ഞാനുണ്ടാകും".

ഇന്ദിര കൂട്ടിചേർത്തു.

ഗോവണിക്കരികിൽ വച്ച് അന്ന് അവർ കണ്ട് മുട്ടി.

അവൾ അവന്റെ കണ്ണുകളിലേക്ക് അല്പനേരം നോക്കി നിന്നു.

"ദാ നോക്കൂ".. എനിക്ക് മത്തായിയെ കുറിച്ച് ഏറെ മതിപ്പായിരുന്നു. എപ്പോഴും ഉൽസാഹത്തോടെ നടക്കുന്ന നിന്നെ ഞാൻ ഇഷ്ടപ്പെട്ടിരുന്നു. പക്ഷേ നിന്നിൽ നിന്ന് ഞാൻ ഇത് പ്രതീക്ഷിച്ചില്ല. മൂന്ന് വർഷം നമ്മൾ ഈ കലാലയ ജീവിതം ആസ്വദിച്ചു. ഒടുവിൽ ഇത്രയും വിലകുറഞ്ഞ പ്രണയലേഖനത്തിൽ നീ എല്ലാം കളഞ്ഞ് കുളിച്ചു.

അങ്ങനെയുണ്ടെങ്കിൽ ഒരിക്കലെങ്കിലും നിനക്ക് മുഖത്ത് നോക്കി പറഞ്ഞൂടായിരുന്നോ?

മോശമായി പോയി.

ഇന്ദിര പറഞ്ഞ് കൊണ്ടേ ഇരുന്നു.

മത്തായി അറിയാതെ മുഖം കുനിച്ച് പോയി..

"ദാ നോക്കൂ.. നീയെനിക്കൊരു ഉത്തമ സുഹൃത്തായിരിക്കും"

ഒക്കെ

"ഞാനാരോടും ഇത് പറയില്ല. അതോർത്ത് വിഷമിക്കുകയും വേണ്ട"..

ഇന്ദിര യാത്ര പറയുന്നതിനിടയിൽ....

ഗോവണിക്ക് പുറകിലെ സതീഷിനെ മത്തായി കണ്ടിരുന്നു.

"നീ എല്ലാം കേട്ടല്ലേ?"..

മത്തായി ചോദിച്ചു.

"പരമ ബോറായി അല്ലേ?"..

മത്തായി വീണ്ടും.

കാലം ഇത്ര നാളായിട്ടും സതീഷ് ആരോടും ഇക്കാര്യം പറഞ്ഞിട്ടുമില്ല.

"എന്തായാലും ഗുഗ്ളിയെ നേരിടാം"

മത്തായി മനസ്സിൽ കുറിച്ചു.

സ്ക്രീനിൽ ഓരോരുത്തരായി പ്രത്യക്ഷപ്പെട്ട് തുടങ്ങി. സതീഷ് ഏവർക്കും നിർദ്ദേശങ്ങൾ നല്കുന്നുണ്ട്. കാലം നല്കിയ രൂപ ഭേദങ്ങൾ ചെറിയ ബോക്സിനുള്ളിൽ കാണാൻ കഴിയുന്നുണ്ട്. ചിലരെ പേരിലൂടെ മാത്രം തിരിച്ചറിയാൻ സാധിക്കുന്നു.

മത്തായിയുടെ കണ്ണുകൾ തലങ്ങും വിലങ്ങും പരതുകയായിരുന്നു.

ഒടുവിൽ അതും തെളിഞ്ഞുവന്നു. ഇന്ദിരാനായർ എന്നടിയിൽ എഴുതിയിട്ടും ഉണ്ട്.

മൈക്കും വീഡിയോയും ഓഫാക്കിയ നിലയിൽ ...

സതീഷിന്റെ നിർദ്ദേശങ്ങൾ പാലിച്ചാകാം ഭൂരിഭാഗം പേരും വീഡിയോ ഓഫാക്കിയ നിലയിൽ തന്നെ.

ബാൻഡ് വിഡ്തിന്റെ ഉപഭോഗത്തെ കുറിച്ചാരോ പ്രതിപാദിക്കുന്നതും കേട്ടു.

"കാണാൻ അനുവദിക്കില്ലേ" എന്ന് ചിലരും.

തല്ക്കാലം ഏവർക്കും കേൾക്കാം.

"നമ്മൾ അൻപതിൽ ഏറെയുണ്ടേ."

സതീഷ് സൂചിപ്പിച്ചു.

ഇതിനിടയിൽ ഇന്ദിരയുടെ ശബ്ദം മത്തായി കേട്ടു .

കാലം ചില മാറ്റങ്ങളും ആ ശബ്ദത്തിന് നല്കി കഴിഞ്ഞിരിക്കുന്നു. കളിയും ചിരിയും ഏറെ സമ്മാനിച്ച് മീറ്റ് തുടർന്നു.

ഒരു വേള പോലും മത്തായിക്ക് ഇന്ദിരയെ കാണാൻ കഴിഞ്ഞില്ല.

ഒന്നിലും ശ്രദ്ധിക്കാനാവാതെ മത്തായിയും...

"മുഖത്തൊരു തെളിച്ചം ഒക്കെ ഉണ്ടല്ലോ?"

ഗുല്ലിയെ നേരിട്ടോ?

സാറാമ്മയുടെ ചോദ്യം കേട്ടാണ്

ചാരുകസേരയിൽ വിശ്രമിച്ച

മത്തായി ഉണർന്നത്.

ഇതിനിടയിൽ വാട്സ്അപ്പിലെ മെസേജിലേക്ക് കണ്ണുകൾ പതിഞ്ഞത്. നമ്പറിൽ പേരൊന്നും തെളിഞ്ഞിരുന്നില്ല.

ഹായ്..

"ഞാൻ ഇന്ദിരയാണ്"

ഇടക്ക് ഞാൻ വീഡിയോ ഓൺ ചെയ്തിരുന്നു.

"നീ എന്താ തല കുമ്പിട്ടിരുന്നത്?"

ഇന്ദിരയുടെ മെസേജ് വായിച്ച മത്തായി ആശ്ചര്യപ്പെട്ടു.

"ഞാൻ കണ്ടിരുന്നില്ല".

മത്തായി മറുപടി നല്കി.

"ഞാൻ വിചാരിച്ചു....... പഴയത് വല്ലതും ഓർത്തിട്ടാണോ എന്ന്".

സത്യത്തിൽ നിന്നെ കാണാൻ മാത്രമാ ഞാൻ വീഡിയോ ഓൺ ചെയ്തത് പോലും.

"സുഖം എന്ന് കരുതുന്നു"..

ഇന്ദിര മറുപടി നല്കി.. കൂടെ ഒരു ബൈയും.

മത്തായിയുടെ നെട്‌വീർപ്പ് കേട്ടിട്ടാകാം സാറാമ്മ വീണ്ടും ചോദിച്ചു..

"അച്ചായോ.. നമ്മുടെ ഗുഗ്ലി വിശേഷം എന്തായാവോ?"

"ഒരു സ്വീപ് ഷോട്ട് .... ഞാൻ നേരിട്ടു ... എന്റെ സാറാമ്മേ"...

"അടുത്തയാഴ്ച ഗുഗ്ലിയുമായി നിന്റെ സണ്ണിക്കുട്ടി എത്തുമേ"...

മത്തായി പൊട്ടിചിരിച്ചു.

"അവന്റെ ഗുഗ്ലി ഈ സാറാമ്മ എത്ര നേരിട്ടതാ"..

പൊട്ടിച്ചിരിയിൽ സാറാമ്മയും കൂടി

www.ingramcontent.com/pod-product-compliance
Lightning Source LLC
LaVergne TN
LVHW040826051026
849519LV00007BA/2750
* 9 7 8 9 3 9 0 9 9 9 8 4 2 *